தீஞ்சுனை நீர்

துஃ நிபுணமதி

டிஸ்கவரி பப்ளிகேஷன்ஸ்

எண்: 9, பிளாட் எண்: 1080A, ரோஹிணி பிளாட்ஸ்
முனுசாமி சாலை, கே.கே.நகர் மேற்கு,
சென்னை - 600 078. பேச: 99404 46650

வெளியீட்டு எண்: 0403

தீஞ்சுனை நீர் (கட்டுரை)
ஆசிரியர்: து. நிபுணமதி©
Theenchunai Neer (**Essay**)
Author: D. Nibunamathy ©
Print in India

1st Edition : December - 2024
ISBN: 978-81-19541-23-2
Pages - 186
Price : 230

Publisher • Sales Rights

Discovery Publications
No. 9, Plot,1080A, Rohini Flats,
Munusamy Salai,
K.K.Nagar West, Chennai - 78.
Tamilnadu, India.
Mobile: +91 99404 46650

Discovery Book Palace (P) Ltd
No. 1055-B, Munusamy Salai,
K.K.Nagar West,
Chennai-600 078.
Mobile: +91 87545 07070

discoverybookpalace@gmail.com / www.discoverybookpalace.com

இந்த நூலில் பிரசுரமாகியுள்ள எந்த ஒரு பகுதியையும் எழுத்துபூர்வமான முன்அனுமதி பெறாமல் எடுத்தாள்வதோ, மறுபிரசுரம் செய்வதோ, மொழியாக்கம் செய்வதோ, ஊடகங்களில் மறுபதிப்புச் செய்வதோ, காப்புரிமைச் சட்டப்படி தடை செய்யப்பட்டுள்ளது. இந்த நூலிலிருந்து சில பகுதிகளை மேற்கோள்காட்டி நூல்அறிமுகம் செய்யலாம்.

உங்கள் மொபைல் போனிலிருந்து ஸ்கேன் செய்து 'டிஸ்கவரி புக் பேலஸ்' மொபைல் ஆப்பை டவுன்லோடு செய்து, புத்தகங்களை வாங்குங்கள்.

Scan and download

நன்றி நவிலல்

என்னை ஆளாக்கிய என் பெற்றோருக்கும், என் எழுத்தைத் தொடர்ந்து வெளியிடும் டிஸ்கவரி பதிப்பகத்துக்கும், என் எழுத்தைத் தொடர்ந்து வாசிக்கும் உங்களுக்கும் என் மனமார்ந்த நன்றி!

முன்னுரை

இந்தப் புத்தகத்தைப் படிக்கும் அனைவருக்கும் என் வணக்கம்.

கடந்த முப்பது ஆண்டுகளில் பலப்பல நிகழ்வுகள் மாறி விட்டன. அவற்றில் ஒன்று உரையாடல். அக்கம்பக்கம் வீடுகளில் வசிப்பவர்கள் தினந்தோறும் பேசிக் கொள்வார்கள். ஒரே தெருவில் இருப்பவர்களிடையே நிச்சயம் பேச்சு வார்த்தை இருக்கும். ஏதேனும் முக்கிய விஷயம் இருந்தால்தான் பேச வேண்டும் என்றில்லை. சாதாரணப் பேச்சுகளாகவும் அவை இருக்கும்.

எளிமையான உரையாடல். உண்மையில் அது மன அழுத்தத்தில் இருந்து நம்மைக் காப்பாற்றும். பிரச்னைகளுக்கு ஒரு தீர்வு கிடைக்கும். அப்படித் தீர்வு கிடைக்கவில்லை என்றாலும் கொட்டி ஆற்றிக் கொண்ட ஒரு திருப்தி இருக்கும். அப்போது மனிதர்கள் பெரும் மன உளைச்சலுக்கு ஆளானதில்லை.

இப்போது பெரும்பாலும் தனித்தனித் தீவுகளாய் ஆகி விட்டோம். புது மனிதர்களிடம் பேசவே யோசிக்கிறோம். பழகிய மனிதர்களிடம் மனதில் இருப்பதைப் பேசப் பயப்படுகிறோம். விளைவு? மன அழுத்தம், இரத்த அழுத்தம் எல்லாம் ஏறிப்போய் விடுகிறது.

இந்தப் புத்தகம் உங்களுடனான ஒரு உரையாடல். இதைப் படிக்கும்போது "அட! ஒரே மாதிரி யோசிக்கிறோம்! " என்று தோன்றலாம்.

"இப்படி ஒரு கோணம் இருக்கிறதா?" என்று நினைக்கலாம்.

"இப்படியும் இருக்கலாமா?" என்ற கேள்வி எழலாம்.

என் தோழமையுடன் நான் உரையாடும் எண்ணங்களையே இங்கு எழுத்தில் வடித்து இருக்கிறேன். படிக்கும் உங்கள் மனதுக்கும் இந்தப் புத்தகம் நெருக்கமாகத் தோன்றலாம்.

படித்து விட்டுச் சொல்லுங்கள்!
என்றென்றும் அன்புடன்
து. நிபுணமதி

உள்ளடக்கம்

1. ஏட்டுச் சுரைக்காய் 09
2. உழுதுண்டு வாழ்தல் 11
3. பயணம் திறக்கும் பாதைகள் 14
4. "நினைவில் காடுள்ள மிருகம்" 16
5. சிற்பிகளின் கனவு 18
6. சித்தன்னவாசல் 20
7. தோற்றப் பொலிவு 22
8. திருவனந்தபுரம் 24
9. பழங்காலச் சுவடிகள் 27
10. அந்த அரபிக் கடலோரம்...! 30
11. என்ன வளம் இல்லை....? 32
12. நிலவுக்கும் ஒரு நாள்...! 35
13. ஒரே உணவு! ஒரே உடை! 37
14. பெண்ணவம்...? 39
15. நாவூறும் உணவு... நினைவூறும் உறவு! 41
16. ஒளித்து வைத்த இரகசியம்! 49
17. மோர்க்களி 45
18. தரை தட்டும் ஓரடி 48
19. ருசியின் இருப்பிடம் 50
20. மிச்சம் மீதி 52
21. அரைக் கோப்பை காபி 54
22. புனிதம் வேண்டாம்! 56
23. பாதை வகுக்கும் முன்னே... 58
24. முடக்கிப் போடுதல் 60
25. பெண் பார்த்தல் 63
26. கையூட்டுப் பெறுபவரா கடவுள்? 66
27. பெருமை ஒரு முறம்... 68
28. பரம பதம் 70
29. பாயாத நீர் 72
30. இலைமறை காய் 74
31. நெருப்பிருக்கும் இடம் 76
32. துறவு 79
33. காசில் கரையும் அழகு 91
34. மறக்க முடியுமா? 84
35. காலத்தினால் செய்த உதவி 86
36. வெள்ளத்தனைய..! 89
37. தாயும் பிள்ளையும் ஆனாலும்...! 93
38. வெறுப்பு 95
39. கற்பும் தப்பும் 98
40. வாய் வார்த்தை 101
41. ஆமாமா... இல்லையா? 104
42. நிபந்தனைகள் 107
43. ஒரு சொல் போதும் 109
44. வேட்டை 112
45. நம்மோடு நாம் 114
46. உயிரோவியம் 116
47. அந்தக் காலத்திலே...! 118
48. பழக்கத்தின் அடிமைகள் 120
49. சூப்பர்! செம! 122

50. உள்ளளவும் நினைத்தல்	124	
51. தோற்றுப் போனவர்கள்	126	
52. கூண்டுக்கிளி	128	
53. நடிப்போ நிஜமோ...!	131	
54. திரை அரங்கு	133	
55. பழங் கணக்கு	136	
56. கடைசியாய் ஒரு விடுதி	139	
57. எருக்கஞ்செடி	141	
58. நிறைநீர் நீரவர் கேண்மை...	149	
59. மாதவி	146	
60. பாரம்பரியம்	148	
61. கூட்டுக் குடும்ப மாயை	149	
62. பழங்காற்று	151	
63. ருசிப்பது எது?	153	
64. புதிதாய் ஒரு பழந்தொழில்!	155	
65. ஒரே கடிதம்!	156	
66. குலதெய்வம்	158	
67. வாவென்று சொன்னவுடனே வந்த தலைவி	159	
68. காலக் குழாய்	160	
69. அசோகர் மரம் நட்டார்!	163	
70. குடித்தல் (அ) மது அருந்துதல்	165	
71. ஆத்திகமும் நாத்திகமும்	168	
72. பச்சைப்புளியும் பொரிமாவும்	171	
73. வெள்ளைத் தாளில் சில கிறுக்கல்கள்	173	
74. "இது சரிப்படாது!"	176	
75. ஆவது பெண்ணாலே!	179	
76. புத்தகம் இல்லாத வீடு	181	
77. தீஞ்சுனை நீரும் தெவிட்டாத நினைவுகளும்	184	

1. ஏட்டுச் சுரைக்காய்

எழுத்தாளர் சுஜாதா ஒரு கதையில் எழுதி இருந்தார் பெங்களூர் சாலைகள் பற்றி. அப்போது வயலெட் நிறப் பூக்கள் பூத்துக் குலுங்கும் ஜாகரண்டா மரங்கள் என்று குறிப்பிட்டு இருந்தார். 1980 ஆம் ஆண்டில் இப்போது இருக்கும் வசதிகள் கிடையாது. உள்ளங்கையில் உலகம் என்பதெல்லாம் இல்லை. செஞ்சி போன்ற ஒரு காய்ந்த பூமியில் வளர்ந்த எனக்கு வயலெட் நிறப் பூக்கள் என்பது பேரதிசயமாக இருந்தது! அதுவரை புகைப்படங்களில் கூடப் பார்த்தது இல்லை.

அந்தப் பூக்கள் ஒரு கனவு போல் மனதில் நிலைத்துவிட்டன. பல ஆண்டுகள் கழித்து நேரில் பார்த்தபோது பிரமித்துப் போனேன். எப்படியாவது அந்த மரத்தை நட்டு வளர்க்க வேண்டும் என்று ஆசை! சமீபத்தில் ஷிமோகா போனபோது ஒரு மரக்கன்று வாங்கி வந்து நட்டுவிட்டோம். இந்த மண்ணுக்கு வளருமா தெரியவில்லை. அது வளர்ந்து பூத்துவிட்டால் அதைப் பார்க்கும்போது சுஜாதா நினைவில் வருவார்!

கி.ராஜநாராயணன் ஒரு கதையில் தயிர் பற்றி எழுதி இருக்கிறார். அதன் பெயர் முளைத்தயிர்! வெதுவெதுப்பான பால் எடுத்துக்கொள்ள வேண்டும். தயிரில் மெதுவாய் ஒரு விரலை அமிழ்த்த வேண்டும்! பிறகு அந்த விரலைப் பாலில் கலக்க வேண்டும்! மறுநாள் கெட்டியான தயிர் தயார்! இதைப் படிக்கும்போது எனக்குத் திருமண ஏற்பாடுகள் நடந்துகொண்டிருந்தன. இன்றளவும் நான் இதே முறையில் தயிர் உறை ஊற்றுகிறேன்! அதாவது விரலில் படியும் அளவு மட்டுமே தயிர் சேர்ப்பேன். பிள்ளைகள் அதற்கு "பாறைத் தயிர்" என்று பெயர் வைத்து இருக்கிறார்கள்.

இதெல்லாம் எதற்குச் சொல்கிறேன்? நிறையப் பேருக்கு புத்தகம் படிப்பது பிடிப்பதில்லை. படிக்க முயற்சிகூடச் செய்வது இல்லை. "அனுபவம் மாதிரி வருமா?" என்று அலட்சியமாகக் கேட்பார்கள். அனுபவம் எல்லோருக்கும் இருப்பது. ஆனால் ஒரு புத்தகம் உலகத்தையே உங்களுக்குக் காட்டிவிடும். இதுவரை அறியாத பலவற்றை உங்களுக்கு அறிமுகப்படுத்தும். அது உங்கள் மனதை விசாலப் படுத்தும். அன்றாட வாழ்விலும் உங்கள் வாசிப்பு உறுதுணையாய் நிற்கும்.

சோனார் பங்களா என்று ஒரு புத்தகம் படித்துவிட்டு இரண்டுநாள் காய்ச்சலில் விழுந்து கிடந்தேன். ஏழாவது விடுமுறை என்று நினைவு. போரின் குரூரம் தெரிந்தபோது அவ்வளவு அதிர்ச்சியாய் இருந்தது. ஒரு கர்ப்பிணிப்பெண் குளிரில் நடுங்கியபடி, தன்னை அடைத்து வைத்திருக்கும் எதிரிகளுக்குத் தெரியாமல், படுத்தபடி நகர்ந்து போய் ஒரு ரொட்டியை எடுப்பாள். அந்தக் காட்சி மட்டும் இன்னும் மறக்கவில்லை.

நம்மைச் சுற்றி இருப்பவர்கள் போல் எல்லோரும் வேலைக்குப் போய், சாப்பிட்டு, புத்தகம் படித்து, சினிமா போய் வந்து சந்தோஷமாய் இருக்க மாட்டார்கள். எங்கோ ஒரு துண்டு ரொட்டிக்கு அவமானப்பட்டு, வலி தாங்கி நகரும் வாழ்க்கை விதிக்கப்பட்ட மக்களும் இருக்கின்றனர் என்று என் பன்னிரண்டு வயதில் உணர்த்திய புத்தகம் அது.

தினமும் (பாடம் தவிர) இரண்டு பக்கமாவது படிக்க வேண்டும் என்று பிள்ளைகளுக்குச் சொல்லிக் கொடுங்கள்.

நல்ல புத்தகங்களை அறிமுகப்படுத்துங்கள். அவை பிள்ளைகளைப் பக்குவப்படுத்தும். அவர்கள் கற்றுத் தெளிவார்கள்.

"ஏட்டுச் சுரைக்காய் கூட்டுக்கு உதவுமா?" என்று கிண்டலாய்க் கேட்கும் ஆட்கள் இன்னும் இருக்கிறார்கள். அவர்களிடம் ஒரு கேள்வி கேளுங்கள்...

"தங்கப் பத்திரம் கொடுத்தால் வேண்டாம் என்று மறுத்து விடுவீர்களா? அதுவும் காகிதத்தில்தானே இருக்கிறது?"

❖

2. உழுதுண்டு வாழ்தல்

மூன்றாண்டுகள் முன்பு ஒன்றேமுக்கால் ஏக்கர் நிலம் வாங்கும்போது கண்ணில் விரிந்த கற்பனைகளுக்கு அளவேயில்லை. நமக்குத் தேவையானதை நாமே பயிரிட்டுச் சாப்பிட வேண்டும் என்று சபதம் போடாத குறைதான். கால் ஏக்கர் துண்டுகளாகப் பிரிக்கப்பட்ட நிலத்தில் கொஞ்சம் மிளகாய், கொஞ்சம் எள், கொஞ்சம் வேர்க்கடலை... பிறகு மொத்தமாய் சேர்த்து ஒரு முறை நெல் பயிரிடலாம் என்று கனவு!

தோட்டத்தைப் பார்த்துக்கொள்ளும் இளைஞன் (மாதச் சம்பளம் உண்டு) முதலில் வேர்க்கடலை போடலாம் என்றதும் ஒப்புக் கொண்டோம். ஒன்றேகால் ஏக்கர் டிராக்டர் வைத்து உழுவதற்கு ஆன செலவு பகீரென்றது! ஆறாயிரம்!

மனதைத் தேற்றிக்கொண்டு ஒரு நோட்டில் முதல் செலவை எழுதிவிட்டு விதைக்கடலை வாங்கப் போனோம். கூடவே சேர்த்து ஊடுபயிராக விதைக்கத் துவரையும் உளுந்தும் வாங்கினோம். பதின்மூன்று ஆயிரத்து அறுநூறு ரூபாய்!

விதைக்கத் தனிச் செலவு! களை எடுக்கும்போது பார்க்கலாம் என்று போனோம். தோட்டக்கார இளைஞனின் உறவினர்கள் பத்துப் பேர் வந்தார்கள். பத்து மணிக்கு வந்து பதினொரு மணிக்குத் தேநீர் நேரம்! மதியம் ஒருமணி நேரம் உணவும் ஓய்வும். சரியாய் நாலு மணிக்குக் கிளம்பிவிட்டார்கள். கூலி ஒரு ஆளுக்கு 650 ரூபாய்! (நடுவில் உட்கார்ந்து பேசிய கதைகளை நான் கணக்கில் எடுக்கவில்லை!)

செலவு ஆகிக்கொண்டே இருந்தது. ஒருவழியாய்க் கடலை பிடுங்கும் நாளும் வந்தது. பதினைந்து பேர்! நான் கூலியைக் கணக்கிட்டு அதிர்ந்து போய் "சுகுமார்! என்ன இத்தன பேர் வந்திருக்காங்க?"

"கவலைப் படாதீங்க மேடம்! அவங்க பறிக்கிற காய்க்கு ஏத்த மாதிரித்தான் கூலி!"

கொஞ்சம் ஆசுவாசப் பெருமூச்சு விட்டுக்கொண்டேன்!

ஒருபுறம் தரையைச் சுத்தம் செய்து அவரவர் பறித்ததைத் தனித்தனிச் சிறு குவியல்களாய்க் கொட்டினார்கள். அளக்க ஒரு ஆள் வந்தார். அவர் கையில் படி போன்ற ஒன்று இருந்தது. நான் மனதிற்குள் ஒரு கணக்குப் போட்டேன். இங்கு தாம்பரத்தில் வழக்கமாய் இருபது ரூபாய்க்கு ஒரு சிறு பை நிறையக் கடலை கிடைக்கும். அது போல் பத்து பங்குக்கு மேலேயே அந்தப் படி கொள்ளும்.

முதல் படியை அளந்து கூலி என்று பறித்த ஆளின் கூடையில் போட்டார்கள். பிறகு பத்து படி எங்களுக்கு. பதினோராவது படி ஆளுக்கு! ஆச்சா? அவ்வளவுதான் என்று அடுத்த குவியலுக்குப் போனார்கள்! நான் "கீழே ரெண்டு படிக்கு மேலே இருக்கே! ஏன் விட்டுட்டீங்க?"

"அது களத்துக் காய் மேடம்! அதான் பழக்கம்!"

என் கணவர் "பேசாதே" என்று கண்ணைக் காட்டினார். நான் சோர்வுடன் ஒரு ஓரமாய் நின்று கொண்டேன். பதினான்கு படியில் செலவு செய்த எங்களுக்குப் பத்து படி! கூலி நான்கு படிக்கு மேல்!

"களத்துக்காய் அவளுக்கு நிறைய விட்ட! எனக்கு ஏன் கொஞ்சமா விட்ட?" அவர்களுக்குள் ஒரே சண்டை. எல்லோரும் கிளம்பிப் போனால் போதும் என்று ஆகிவிட்டது.

வளர்த்துவானேன்... பத்து கிலோ கடலையை வீட்டுக்கு எடுத்துக்கொண்டு மீதியைக் காயவைத்து விற்றோம்.

செய்த செலவு நாற்பத்தி நான்காயிரத்து அறுநூறு ரூபாய்! (என் கணவர் எழுதி வைத்து இருக்கிறார்!)

கடலை விற்ற காசு பதினான்காயிரத்து நானூறு ரூபாய்!

அப்புறம்....? அப்புறமென்ன... இனி எந்தப் பயிரும் வைப்பதில்லை என்று முடிவு செய்து பழமரங்களும் பூஞ்செடிகளும் நட்டு வைத்தோம். இலைசுருட்டுப்புழு வந்து மருந்து அடித்துக் கொண்டு இருக்கிறோம். அந்தச் செலவை எல்லாம் கேட்காதீர்கள்... நான் பாவம்!

இரண்டு வாரத்துக்கு ஒருமுறை வேர்க்கடலை கடையில் வாங்கிச் சட்னியும் பொடியும் செய்துகொள்கிறேன். மிக மலிவு! ஒரு கிலோ 180 ரூபாய்தான்! சொந்த நிலத்துக் கடலை பத்து கிலோ முப்பதாயிரம் ரூபாய் ஆயிற்றே!

போனவாரம் "மேடம்! வேர்க்கடலை போடலாமா?"

நான் "எங்கயாவது போட்டா சொல்லு! காய் பறிக்க வரேன்! அந்தக் கூலிக் காயும் களத்துக் காயும் போதும்! சொந்தப் பயிரை விட அதிகமா இருக்கும்!"

3. பயணம் திறக்கும் பாதைகள்

2015 ஆம் ஆண்டின் ஜூன் மாதம். நான், கணவர், இரண்டு பிள்ளைகள் என நால்வரும் குமுளி சென்று தங்கினோம். ஒரு வாரம் அங்கு தங்கிச் சுற்றிப் பார்ப்பதாய்த் திட்டம். தேக்கடி பார்த்த பிறகு அங்குள்ள காடு மேடு எல்லாம் சுற்றி வந்தோம். களைச்செடி கூடத் தளதளவென்று வளர்ந்திருப்பதைக் கண்கள் விரியப் பார்த்திருந்தோம். "அம்மா! ஒரு இன்ச் மண்கூட சும்மாயில்ல... பாரேன்!". "ஆமாண்டா! எவ்வளவு செடி!" ."கடவுளின் தேசம்!."

ஒருநாள் மதியம் கார் போன போக்கில் போகும்போது சாலையை ஒட்டியே ஓர் அருவி கொட்டியது. வலஞ்ஞு கானம் அருவி! அதனருகே நின்று இரசித்து விட்டு, குமுளி நோக்கித் திரும்பி வந்தோம். வரும் வழியில் குட்டிக் கானம் என்று பெயர்ப் பலகை பார்த்தவுடன் அங்கு ஓர் அரண்மனை இருப்பது நினைவில் வந்து விட்டது.

இருட்டும் முன்பு திரும்பவேண்டும் என்பது மனதில் இருந்தாலும் இத்தனை தூரம் வந்துவிட்டோம்... தேடிப் பார்த்து விடலாம் என்று வழி கேட்டுக்கொண்டு சென்றோம்.

அருகில் நெருங்கும்போது அந்த அரண்மனையில் யாருமில்லை என்றும் பராமரிப்பு இன்றி இருப்பதாகவும் சொன்னார்கள். எதிரில் மனிதர்கள் திரும்பி ஊருக்குள் செல்கிறார்கள். ஓரிடத்தில் காரை நிறுத்திவிட்டுப் போகிறோம். சாலை எதுவும் இல்லை. ஒற்றையடிப் பாதைதான். அரைக் கிலோ மீட்டர் தொலைவில் அந்த அரண்மனையைப் பார்த்து விட்டோம்!

மணி ஐந்தாகி விட்டது! அங்கங்கே பனிப் பொதிகள் நகர்ந்து போகின்றன. நிறையப் படிகள் தெரிகின்றன. வாசல் தெரியவில்லை. கட்டடம் மிக உயரமாய் இருக்கிறது. சுற்றிலும் மரஞ்செடி கொடிகள் பின்னிப் பிணைந்து இருக்கின்றன. ஒரு மாதிரி அமானுஷ்ய அழகு!

கணவர் திரும்பிவிடலாம் என்கிறார். ம்...! கேட்டால்தானே! பிள்ளைகளுடன் சேர்ந்துகொண்டு அருகில் போய்ப் பார்க்கலாம் என்று ஒரு ஐம்பதடி நடந்திருப்பேன். திடீரென்று ஒரு பெரும் காற்று! அரண்மனையில் உள்ளே இருந்த ஒரு மரம் சுழன்று ஆடி வெளியில் தலை நீட்டுகிறது! "ஓ"வென்று ஒரு சீறும் ஓசை! எங்கிருந்தோ ஒரு பஞ்சுப் பொதி மேகம் கட்டடத்தை மூடத் தொடங்குகிறது! இன்னொரு பக்கம் இருள் சரசரவென வருகிறது! திடீரென்று ஒரு நாய் குரைக்கும் சப்தம்!

"அம்மா! வா! ஓடிப் போயிடலாம்!" அவ்வளவுதான்...! ஒரே ஓட்டம்! காரில் ஏறிவிட்டு "சீக்கிரம் ஓட்டு!" என்று கூச்சல்! இலேசான பயத்துடன் திரும்பிப் பார்த்தால்... அத்தனை பயங்கர மான ஒரு காட்சியை நான் அதுவரை கண்டதில்லை! பாதி இருளில் ஒரு பயமுறுத்தும் அரண்மனை!

ஒரே படபடப்பாய் இருக்கிறது! பார்க்கக் கொஞ்சம் பயமாகவும் இருக்கிறது! ஆனால் அந்தக் காட்சியின் வசீகரம் கண்களை இழுக்கிறது!

இப்போது நினைத்தால்கூட அந்தக் காட்சி கண்ணில் வரும்! இப்போது அங்கு தங்கும் விடுதிகள்கூட வந்துவிட்டதாய் அறிந்தேன். ஆனால் இன்னொரு முறை அங்கு போகும் உத்தேசமில்லை! ஏனெனில்...

நன்கு பராமரிக்கப்படும் இடத்தில் பயப்பட என்ன இருக்கிறது?

அப்புறம்... இப்போது பிள்ளைகளுக்குச் சமமாய் ஓட முடியாது! பயணங்கள் தரும் பயம்கூடச் சிறப்பான தருணம்தான்...! இல்லையா?

பயணம் செய்யுங்கள்! பாதைகள் புலப்படும்!

4. "நினைவில் காடுள்ள மிருகம்"

பல ஆண்டுகளுக்கு முன் படித்த நாவல் "பள்ளி கொண்டபுரம்". நீல. பத்மநாபன் எழுதியது. அப்போது முதல் திருவனந்தபுரம் போய் அந்தக் கோவிலைப் பார்க்க வேண்டும்... அந்தக் கதாபாத்திரங்கள் நின்ற, நடந்த இடங்களைக் காணவேண்டும் என்று ஒரு தீராத ஆவல் எனக்கு. அதென்னவோ ஓரிரு முறை திட்டமிட்டும் கிளம்ப முடியவில்லை. சென்ற வாரமும் அப்படியே! மழை வரும் என்ற பயம்!

பிள்ளைகள் வேறு எங்காவது போய் வரச் சொல்லி வற்புறுத்தினார்கள். அவர்கள் வளர்ந்துவிட்டனர். அனைவரும் ஒன்றாய்ப் போக வாய்ப்பதில்லை. கோவிட், அது இதுவென்று நான்கு ஆண்டுகளாய் வீட்டோடு கிடந்தாயிற்று.

ஒரு தயக்கம் மனதில் இருந்துகொண்டே இருக்கும். "வீட்டைப் பிள்ளைகள் எப்படிப் பார்த்துக்கொள்ள முடியும்? வேலை நேரத்தில் எப்படிச் சமைக்க முடியும்? நாம் இல்லாவிட்டால் என்ன செய்வார்கள்? ஒழுங்காய்க் கதவுகளைப் பூட்டிவிட்டுப் படுப்பார்களா?" (சிரிக்க வேண்டாம்! நிஜமாகவே இதெல்லாம் கவலைதான்!)

ஒருவழியாய் ஒப்புக்கொண்டு நானும் கணவரும் கிளம்பி விட்டோம். வெகு நாளாய்ப் பார்க்க ஆசைப்பட்ட இடங்கள் எல்லாம் செல்ல வேண்டும். ஆறு நாட்கள். வரலாற்றுச் சிறப்பு மிக்க இடங்கள் போக வேண்டும்! பல நூற்றாண்டுகளாக இடையறாமல் மனிதர்களின் பாதங்கள் பட்ட இடங்கள் தரும் அனுபவம் அற்புதமானது!

முதலில் கங்கை கொண்ட சோழபுரம் சென்றோம். உச்சி வெயில்! கோவில் சாத்திவிட்டார்கள்! சுற்றிப் பார்த்துப் புகைப் படங்கள் எடுத்துக்கொண்டு கிளம்பிவிட்டோம். உள்ளே பார்க்க முடியாத வருத்தம் இருந்தது.

பின்பு இரசித்து இரசித்து தாராசுரம் கோவிலின் சிற்பங்களைப் பார்த்தோம்! அடடா! சொல்ல வார்த்தைகள் கிடைக்கவில்லை! எனவே நீங்கள் நேரில் சென்று பார்த்துவிடுங்கள்!

தஞ்சை பெரிய கோயில், திருமயம் கோட்டை என்று பார்த்துக் கொண்டு இராமேஸ்வரம் போய்விட்டோம். எத்தனை பெரிய பிரகாரம்! தனுஷ்கோடி போய் அரிச்சல் முனையில் நின்றால்... அது ஓர் அழகான அனுபவம்! போகும் வழி எங்கும் சாலையின் இருபுறமும் கடல் வருவது அழகு! பாம்பன் பாலத்தில் காரை நிறுத்தி விட்டு, எட்டிக் கடலைப் பார்த்தால் அது பயங்கர அழகு! (பயம் தரும் அழகு பயங்கர அழகுதானே?)

நான்காம் நாள் சித்தன்ன வாசலைப் பார்த்து வியந்துவிட்டு வெளியே வந்தோம். வீடு போய்விடலாம் என்று தோன்றிவிட்டது! பிள்ளைகள் திட்டத் திட்ட வீடு வந்து சேர்ந்துவிட்டோம்! ("இன்னும் ரெண்டு நாள் சுத்திப் பாத்தா என்ன? ஏன் இப்படி வீட்டைக் கட்டிக்கிட்டு கிடக்கற...?")

அந்தமான் போயிருந்த நாத்தனார் அலைபேசியில் பேசினாள். "நிபு! உன்னைச் சொன்னேன் இல்ல... வீட்டை மறந்துட்டுப் போன்னு... எனக்கே இங்க என்ஜாய் பண்ணவே முடியல! வீட்டு ஞாபகமாவே இருக்கு. ச்சே...!"

நான் சொன்னேன்...

"நினைவில் காடுள்ள மிருகம் னு சச்சிதானந்தன் கவிதை தெரியுமா? அது மாதிரி..."

நடுவில் குறுக்கிட்ட நாத்தனார் "நச்"சென்று முடித்து வைத்தாள்...!

"நாமெல்லாம் 'நினைவில் வீடுள்ள மிருகம்'!"

5. சிற்பிகளின் கனவு

“தாராசுரம் ஐராவதேஸ்வரர் கோயில் “சிற்பிகளின் கனவு” என்று அழைக்கப்படும் ஒரே கோயில்!” என்று வழிகாட்டி ஆரம்பித்தார். ஒரு கோடிக்கும் அதிகமான சிற்பங்கள் உள்ளன! ஆம்! எண்ணிப் பார்த்தால் உண்மையாக இருக்கலாம்!

ஒரு அங்குலத்தில் தொடங்கி ஆளுயரம் வரை சிற்பங்களும் சிலைகளும் தாண்டவம் ஆடுகின்றன! பல சிற்பங்கள் உண்மையிலேயே ஆடிக்கொண்டுதான் இருக்கின்றன! சும்மா இருக்கும் சிற்பம் என்று எதுவுமில்லை. ஆடும் பெண்கள், சண்டையிடும் ஆடுகள் என்று எல்லாமே இயங்கிக் கொண்டிருக் கின்றன. வால் பறக்க ஓடும் யானைச் சிற்பம் அசர வைக்கிறது!

நூற்றியெட்டுத் தூண்கள்! அவை அனைத்திலும் முழுக்க முழுக்க சிற்பங்கள். விதானம் முழுவதும் சிற்பிகளின் கைவண்ணங்கள்! ஒவ்வொன்றுக்கும் ஒரு கதை உண்டு. நல்ல கடினப் பாறையில் செதுக்கி இருக்கிறார்கள். அவற்றின் நடுவே சோப் ஸ்டோன் என்ற வகைக் கற்களால் ஆனவையும் உண்டு. அவை மென்மையான கற்கள். நுணுக்கமாகச் செதுக்க ஒத்துழைப்பவை. (பேலூர் ஹலபேடு கோயில்களில் இந்த வகைக் கற்களையே பயன்படுத்தி இருக்கிறார்கள்.) அந்தக் கல்லில் ஒரு சிலை வடித்து இருக்கிறார்கள்... கங்கா தேவி! நம் கண்களை மூடிக்கொண்டு சிலையின் நகத்தைத் தொட்டுப் பார்த்தால்... உயிருள்ள பெண்ணின் நகம் போலவே இருக்கிறது! ஒரு நொடி நேரம் அனிச்சையாய்ப் பின்னுக்கு நகர்ந்து விட்டேன்! நன்கு மீண்டும் சிலையைப் பார்த்துவிட்டுப் பிறகு அருகில் நின்று புகைப்படம் எடுத்துக்கொண்டேன்!

மூன்று வித நிலைகளில் நடனமாடும் மூன்று பெண்களுக்கு ஒரே தலை! ஆடும் மூன்று பெண்களுக்கு நான்கே கால்கள்! கையை வைத்து மறைத்தபடி ஒவ்வொன்றாய் இரசிக்க வேண்டும்!

சொல்லி மாளாது! நேரில் போய் இரசித்து விட்டு வாருங்கள். நாமே தேடிப் போய்ப் பார்ப்பது கடினம். வழிகாட்டி துணையுடன் செல்லுங்கள்.

சுற்றி முடித்துவிட்டுப் போய்விடலாம் என்று களைப்பில் முடிவெடுக்கும்போது "இதை மட்டும் பார்த்து விடுங்கள்!" என்றார். அது யானைக்கும் எருதுக்கும் ஒரே தலையுள்ள சிற்பம்! நான் கத்தும் ஆசையை அடக்கிக்கொண்டேன்! அது எனக்கு நன்கு அறிமுகமான சிற்பம்! பல்வேறு புத்தகங்களில் பார்த்து இருக்கிறேன். இந்தக் கோயிலில்தான் இருக்கிறது என்பது தெரியாது.

'உண்மையாகவே இந்தக் கோயில்' சிற்பிகளின் கனவுதான்! அதைப் பார்த்துவிட்டு வந்ததுகூடக் கனவு போல்தான் இருக்கிறது!

கும்பகோணம் அருகே ஆறு கிலோமீட்டர் தொலைவில் இருக்கிறது.

6. சித்தன்னவாசல்

சித்தன்னவாசல் என்று தேடிக்கொண்டு போனோம். கூகுள் மலையைச் சுற்றி அழைத்துக்கொண்டு சென்றது. நீண்ட நெடிதுயர்ந்த மலை! மதியம் மூன்று மணிக்கு ஆளரவமே இல்லை. ஒரு அமானுஷ்ய அழகு! ஆறு கிலோமீட்டர் போனதும் மலை பின் தங்கிவிட்டது. நல்லவேளை... வழியில் ஒரு பெரியவர் அமர்ந்து இருந்தார். வழி கேட்டதும் "ஓவியம் பாக்க வந்தீங்களா? அடடா! அப்பிடியே திரும்பி மெயின் ரோடு போப்பா! போய் நேரா போ! ஆர்ச்சு இருக்கும்" என்று சொல்லி அனுப்பினார்.

வளைவின் உள்ளே நுழைந்ததும் பசேலென்று இருக்கிறது. பாறைகள் நடுவே மரங்கள் வளர்ந்து இருப்பது அமைதியாய் அழகாய் இருக்கிறது. பூங்கா, ஏரி போகும் வழிகளைத் தாண்டிப் போனோம். சமணக் குகைக் கோயில் போகச் சிறு குன்றில் ஏற வேண்டும். நாற்பது படிகள் ... கூடவே சரிவான பாறை.

மலையைக் குடைந்து ஓர் அறை அளவிலான குகையும் ஒரு தாழ்வாரமும் அமைத்து இருக்கிறார்கள். தாழ்வாரத்தில் உள்கூரையில் ஓவியங்கள் தீட்டி இருக்கின்றனர்.

வழிகாட்டி விளக்கிச் சொன்னார். ஓவியத்தின் சில பகுதிகள் உரிந்து வந்துவிட்டன. ஆனாலும் பார்த்துப் புரிந்து இரசிக்கும் அளவுக்கு ஓவியம் மிச்சம் இருக்கிறது.

ஒரு குளம். அதில் தாமரை அல்லி மலர்கள் பூத்திருக்கின்றன. அன்னப் பறவைகள் நீந்துகின்றன. ஒரு துறவி பூக்கொய்கிறார். ஒரு பெண் இருக்கிறாள். ஓவியத்தின் நடுவே வெற்றிடம் இல்லாமல் இப்படிப் பலவித உருவங்களால் நிறைத்து வைத்திருக்கிறார்கள்.

கண்களை அத்தனை அழகாய்த் தீட்டி இருக்கிறார்கள்! அவை எல்லாம் முற்றாய் அழிந்துவிடும் முன் பார்த்துவிட்ட திருப்தி எனக்கு.

சமணத் தீர்த்தங்கரர் மகாவீரர், நேமி நாதர் இருவரின் சிற்பங்கள் இரு புறமும் உள்ளன. குகையின் உள்ளே அறை போன்ற அமைப்பில் மூன்று தீர்த்தங்கரர் சிற்பங்கள் உள்ளன. அறையின் நடுவில் உள்கூரையில் சிறு வட்ட அமைப்பின் கீழ் நின்று வழிகாட்டி வாய் திறவாமல் "ம்ம்..." என்று ஒரு சப்தம் எழுப்புகிறார். அது வெளியில் நிற்கும் நமக்கு ஒரு எதிரொலியாக வந்து கேட்கிறது! வேறு எந்த ஒலிக்கும் எதிரொலி வருவதில்லை! அதேபோல் ஒரு குறிப்பிட்ட மூலையில் வெளியில் நின்று அவர் எழுப்பும் சப்தம் அறையினுள் நிற்கும் நமக்குக் கேட்கிறது! அந்தக் குகையின் மேலே 150 அடி உயரத்திற்கு மலை இருக்கிறது!

வெளியில் வந்து சற்று நேரம் உட்கார்ந்துகொண்டேன். எந்த ஒரு வசதியும் இல்லாத காலத்தில் இவ்வளவு நுணுக்கமாக செதுக்க எவ்வளவு அறிவும் உழைப்பும் ஆற்றலும் வேண்டும்? நினைக்கவே பிரமிப்பாய் இருக்கிறது!

வரலாற்றுச் சிறப்புமிக்க இடத்திற்குப் போகும்போது சற்று நேரம் அமைதியாய் உட்கார்ந்துவிட்டு வரப் பிடிக்கும் எனக்கு! அந்தக் கால மனிதர்கள் மனக்கண் முன்னே வந்து போவார்கள். அது போல் இதைச் செதுக்கிய துறவிகள் தெரிந்தார்கள்! மனதால் மட்டுமல்ல... இரு கரம் கூப்பி அவர்களை உடலாலும் வணங்கிவிட்டு வந்தேன்.

"சித்தன்ன வாசலின் ஓவியமே!" என்ற பாடல் வரி மனதில் வந்தது! நிஜத்தில் இந்த ஓவியம் போல் அழகாய் எந்த மனிதராவது இருந்துவிட முடியுமா என்ன...? பார்த்துவிட்டுச் சொல்லுங்கள்!

பின் குறிப்பு : குகையின் உள்ளே புகைப்படம் எடுக்க அனுமதி இல்லை. விக்கிபீடியாவில் புகைப்படங்கள் உள்ளன.

7. தோற்றப் பொலிவு

சில நாட்களுக்கு முன்பு சென்ற பயணத்தில் முதல் நாள் தங்கிய விடுதியில் அறை ஆடம்பரமாக இருந்தது. மறுநாள் காலை உணவு அங்கேயே சாப்பிடச் சென்றோம். ஆளுயர, சாய்வுள்ள, மெத்தென்ற இருக்கைகள்! அழகான பாத்திரங்களில் மூடி வைக்கப்பட்ட பலவித உணவுகள்! நான் அங்கிருந்த மனிதரிடம் குடிக்க நீர் கேட்டேன்.

"இதோ இருக்கே மேடம்!" என்றார்! நான் நம்பாமல் சில நொடி உற்றுப் பார்த்தேன். அழகான கண்ணாடி பாட்டில்... அதன் மூடி சற்று வித்தியாசமாக இருக்க... உள்ளே ஒரு புதினாத் தண்டு ஆறு இலைகளுடன் பாட்டில் உயரத்துக்கு நிற்கிறது! "ஓ! இது குடி தண்ணீரா? சொல்லவேயில்ல...?" என்ற பாவனையுடன் எடுத்துக் குடித்தேன். அப்போது எனக்குத் தெரியாது... அது ஒன்றுதான் நன்றாக இருக்கும் என்று!

இட்லி புளிப்பு. வடை என்று சொன்னால் நிஜ வடை எல்லாம் கோபித்துக்கொள்ளும்! பூரி பழைய மாவில் செய்தது... ஒரு விள்ளலுக்கு மேல் உண்ண முடியவில்லை. அங்கிருந்த ரொட்டியை (அதாங்க...*bread!*) எடுத்து வாட்டித் தின்றுவிட்டுப் பழத் துண்டுகளை எடுத்தால்.... அவைகூடச் சப்பென்றுதான் இருந்தன! பழச்சாறு எடுத்துக் குடித்துவிட்டு "அப்பாடா! இது பரவாயில்ல!" என்று சொல்லிக்கொண்டு வெளியே வந்தோம். பசிக்குச் சாப்பிட முடியாத எரிச்சல் ஒரு பக்கம்... தட்டில் போட்டுக்கொண்டதை வீணாக்கும் குற்ற உணர்வு மறு பக்கம். ஆனாலும் வந்த இடத்தில் அதைச் சாப்பிட்டு வயிற்றைக் கெடுத்துக்கொள்ள வேண்டாம் என்ற எச்சரிக்கை உணர்வு முதலில் நின்றது. இந்த உணவுக்கு நானூறு ரூபாய்! வரும்போது உரிமையாளர் எதுவானாலும் சொல்லச் சொன்னதால் அந்த உணவின் "அருமையைச்" சொல்லிவிட்டு வந்தோம்!

மறுநாள் இராமேஸ்வரத்தில் தங்கிய விடுதியில் விசாரித்தோம். இரண்டு வீடுகள் தள்ளி இருந்த இடத்தில் உணவு நன்றாக

இருக்கும் என்றார்கள். உள்ளே நுழைய மூன்றடி அகலம் பத்தடி நீளத்தில் ஒரு சந்து. போன உடன் ஒரு பக்கம் துருவிப் போட்ட தேங்காய் மூடிகள் கிடந்தன. மற்றபடி சுத்தமாகவே இருந்தது இடம். நான்கே மேசைகள்! அதில் ஒரு மேசை மீது தட்டில் சுடச் சுட இட்லிகளைக் கொண்டுவந்து வைத்தனர். ஒரு பெண்மணி சட்னி அரைத்துக் கொண்டிருந்தார். ஆளுக்கு இரண்டு இட்லி சாப்பிட்டோம். அப்பாடா! நிஜமாகவே அருமையாய் இருந்தது! பொங்கல் வந்தது. அளவைப் பார்த்து அதிர்ந்து போய் ஒன்று போதும் என்று பகிர்ந்து கொண்டோம்! வாழை இலை விரித்துப் புன்னகையுடன் பரிமாறி "வடை சாப்பிடுங்க! சூடா இருக்கு!" என்று உபசரித்த அழகில் ஆளுக்கு ஒரு வடையும் சாப்பிட்டோம். துண்டுச் சீட்டில் எழுதிக் கொடுத்தார்கள்... 81 ரூபாய்! என்னது! இவ்வளவுதானா? அங்கிருந்த விலைப் பட்டியலைப் பார்த்துச் சரிதான் என்ற முடிவுக்கு வந்தோம்! (எது என்ன விலை என்று மனக் கணக்கு போடுகிறீர்களா?)

மறுநாள் அங்கேயே சாப்பிட்டோம். அடுத்த நாள் கிளம்பும் போது சொன்னோம்...

"ரொம்ப நல்லா இருந்தது எல்லாம். வீட்டுல செய்யற மாதிரி நல்லா சமைக்கிறீங்க!"

அந்தப் பெண்மணிக்கு முகமெல்லாம் சிரிப்பு! "நான், என் தம்பி, எங்கம்மாதான் எல்லாம் செய்யறோம்! வயிற்றைக் கெடுக்காம இருக்கணும்னு நினைச்சு செய்யறோம்... சந்தோஷம்! அடுத்த முறையும் வாங்க!" என்றார். நான் அவரின் மஞ்சள் கயிற்றையும் கையில் கிணு கிணுத்த கண்ணாடி வளையல்களையும் காதில் மினுமினுத்த ஒரே தங்கத் துணுக்கையும் மனதில் பார்த்துக் கொண்டே வந்தேன்.

"ஏன் அவர்களுக்குக் கூடுதல் விலை வைக்கத் தோன்றவில்லை? அப்படியே இரண்டு பங்கு விலை என்றால்கூட நாம் கொடுக்கத் தான் போகிறோம்... அவ்வளவு சுவை .. சுத்தம். ஆனால் இதுவே போதும் என்று எப்படி இவர்கள் இருக்கிறார்கள்?"

இது போன்ற மனிதர்களைச் சந்திக்கும்போது பயணத்தின் அர்த்தம் புரிகிறது. மறக்க முடியாத மனிதர்கள்! மனிதம் நிறைந்த மனிதர்கள்! முக்கியமாய் நல்ல உணவு என்ற பெயரில் கொள்ளை அடிக்கத் தெரியாதவர்கள்!

❖

8. திருவனந்தபுரம்

"பள்ளி கொண்டபுரம்" (நீல. பத்ம நாபன்) நாவலைப் படித்த உடனே சென்று பார்க்க ஆசைப்பட்ட இடம் பத்ம நாப சுவாமி கோயில். பல்லாண்டுகளுக்குப் பிறகு நேற்று அந்த வாய்ப்புக் கிட்டியது!

திருவனந்தபுரம் விமான நிலையத்தில் இருந்து ஹோட்டலுக்குப் போகும்போது கொஞ்சம் ஏமாற்றமாகத்தான் இருந்தது. மற்றொரு நகரம். அவ்வளவுதான். குறுகிய சாலைகளும் போக்குவரத்து நெரிசலும் இரு புறமும் கடைகளும் சலிப்பைத் தந்தன. மாலை கிளம்பி கோயில் வளாகத்தை நெருங்கியவுடன் விசித்திரமான விதிகளைச் சொல்லத் தொடங்கினார்கள்!

பணம் தவிர எல்லாவற்றையும் அங்குள்ள அலுவலகத்தில் ஒப்படைத்துவிட வேண்டும். ஒவ்வொன்றுக்கும் வாடகை உண்டு! அலைபேசிக்குப் பத்து ரூபாய் என்பது போல! ஆண்கள் வேட்டி கட்டி மேல் துண்டு அணியலாம்... கழற்றிய சட்டைக்கும் பத்து ரூபாய்!

நாங்கள் வடக்கு வாசல் வழியாக உள்ளே நுழைந்தோம். ஏதோ மந்திரம் போட்டதுபோல் சட்டென்று சூழல் மாறிவிட்டது! பரந்த வெளியில் கண்ணில் படும் பழங்காலக் கட்டடங்கள். சுற்றி வரப் பெரிய பிரகாரம். அதன் இருபுறமும் உள்ள தூண்களில் கையில் விளக்கு ஏந்திய காரிகைகளின் சிற்பங்கள்... ஒன்று போல! ஆளுக்கு ஐம்பது ரூபாய் கொடுத்து உள்ளே நுழைந்தோம். சற்று நேரம் வரிசையில் காத்திருந்தோம்.

சந்தன மணம் கமழ்ந்தது. வேறு ஏதோ ஒரு காலத்தில் நுழைந்து விட்டதுபோல் ஒரு பிரமை! யோசித்துப் பார்த்தால்

காணும் அனைவரும் வேட்டி உடுத்தி இருந்தார்கள். ஆண்கள் மட்டும் அல்லர்! பெண்கள், சிறுமிகள் அனைவரும் அதே வேட்டி! என்னடா இது சோதனை! நல்ல காலம்! நம்மை யாரும் வேட்டி கட்டச் சொல்லவில்லை! ஓ! கோயிலின் உள்ளே சுரிதார் அணிந்து வரக்கூடாது. (புடவைக்கும் வேட்டிக்கும் மட்டுமே அனுமதி உண்டு.) அப்படி வந்தவர்கள் ஒரு வேட்டி உடுத்தி மேலே மற்றொரு வேட்டியைத் தங்கள் ஆடைக்கு மேலே அணிந்து வந்து இருக்கிறார்கள்.

சில மண்டபங்கள் ஒழுகுகின்றன. சிலவற்றை இரும்புச் சங்கிலி கட்டித் தடுத்து இருக்கிறார்கள். அதனுள் நுழையாமல் பார்க்கலாம். அற்புதமான தூண்கள்! அவற்றில் வெகு நேர்த்தியாய்ச் செதுக்கப்பட்ட சிற்பங்கள்! குழந்தைச் சிற்பத்தைக் கொஞ்சலாம் போலிருக்கிறது! அன்னப் பறவை மீது அமர்ந்த பெண் அடுத்த நொடி பறந்து நம் அருகே வந்து விடுவாள் என்று நினைக்கும் அளவுக்கு உயிர்ப்புடன் இருக்கிறாள்! அந்தக் கூர் மூக்கை எப்படிக் கல்லில் வடித்தார்கள்!

பார்த்துக்கொண்டே சற்று விலகியதும் அங்கிருந்த “சேட்டன்” எதுவோ சொல்கிறார். அவர் மட்டும் ஏன் லேசான காவித் துண்டு போர்த்தி இருக்கிறார் என்று நினைத்தால்... அவர் துண்டில் இருந்ததைப் படித்துவிட்டேன்! *Kerala Police!* அய்யோடா! அவருக்கும் வேட்டிதான்!

மண்டபத்தில் ஏறி இறங்கி இடது புறம் ஒரு சிறு வாயிலுக்குள் நுழைந்தால் ஒரு பெரிய மேடை போன்ற அமைப்பு. ஐந்தாறு மரப் படிகள் ஏறினால் நீண்ட கருவறை. மூன்று சிறு வாயில்கள் வழியே நீண்டு படுத்திருக்கும் பெருமாள் தெரிகிறார். முதலில் கைதான் தெரிந்தது. பிறகு முகம் தெரியும்போதுதான் புரிந்தது... கையை அவர் அத்தனை சாவகாசமாகத் தொங்கவிட்டுக்கொண்டு படுத்து இருக்கிறார்! சிலை அத்தனை அழகு! ஆனால் ஒரு நிமிடத்துக்கு மேல் அந்த அக்கா பார்க்கவிடாமல் தள்ளுகிறார்... அதட்டல் வேறு. ஒருவேளை போலீஸ் அக்காபோல! இருக்கும்... இருக்கும்!

வெளியே வந்ததும் கருவறைச் சுவர்களின் வெளிப்புறம் முழுக்க ஓவியங்கள் இருக்கின்றன. பெரும்பாலும் சிவப்பு பச்சை நிறங்கள் கலந்து வரையப்பட்டவை. வைத்த கண்ணை எடுக்க முடியாமல் ஈர்க்கின்றன. ஒன்றிரண்டு வெளிறிப் போயுள்ளன.

கருவறைச் சுவரின் வெளிப் புறத்தில் நீட்டிக்கொண்டிருக்கும் அமைப்பில் (sun shade போல) சிறு சிறு சிற்பங்கள் கீழே இருக்கும் நம்மை நோக்குவதுபோல் செதுக்கப்பட்டு இருக்கின்றன. எனக்குத்தெரிந்து இதுபோன்ற சிற்பங்களை முதல் முறையாகப் பார்க்கிறேன். அருமையாய் இருக்கின்றன.

சற்று நேரம் அமர்ந்திருக்கும்போது அந்தக் கோயிலின் பழைமையும் கட்டடக் கலை அமைப்பும் அங்கு நிலவும் அமைதியும் நான் எதிர்பார்த்த நிறைவை அளித்தன! இவ்வளவு தூரம் வந்தது வீண் போகவில்லை!

நாவல் படிக்கும்போது அனுபவித்த மெல்லிய இருளும் சந்தன மணமும் ஊட்டுப்புரை (சமையலறை) வாசமும் இப்போதும் வருகின்றன.

தமிழ் நாட்டுக் கோவில்கள் போல் நேராகக் கருவறை போகாமல் சுற்றிச் சுற்றிப் போவது ஏதோ இரகசியம் தேடிப் போகும் உணர்வை அளிக்கிறது. உள்ளே எந்த ஒரு சத்தமும் இல்லை. அழகான அமைதி!

ஒரே ஒரு வருத்தம் என்னவென்றால் உள்ளே புகைப்படம் எடுக்க முடியவில்லை. அதுதான் அலைபேசியைக் கூட வைத்து விட்டுப் போகச் சொல்கிறார்களே. (அழகான அமைதியின் விலை!)

வெளியே வந்து கைப்பை அலைபேசி ஆகியவற்றை எடுத்ததும் முதல் வேலையாய்க் கோயிலின் எல்லையில் நின்ற ஒரு பையனிடம் சொல்லிப் புகைப்படம் எடுத்துக்கொண்டோம்! அப்பா... ஜென்ம சாபல்யம்!

இப்போது ஒரு புகைப்படத்தில்தானே ஒரு பயணம் நிறைவு பெறுகிறது!

9. பழங்காலச் சுவடிகள்

ஓலைச் சுவடிகள் என்பது பண்டைக் காலத்தில் நம் முன்னோர் பனை ஓலைகளில் எழுதி வைத்தது! இதைத் தவிர வேறொன்றும் பெரிதாகத் தெரியாது எனக்கு... 10/10/23 அன்று திருவனந்தபுரத்தில் உள்ள கேரளா யுனிவர்சிட்டியில் நுழையும் வரை!

அடுக்கடுக்காய்ப் பாதுகாத்து வைக்கப்பட்டிருக்கும் பனை ஓலைச் சுவடிகள்! சுவடிக் கட்டின் மேலும் கீழும் இறுக்கமாய்க் கட்டி வைக்கப்பட்டிருக்கும் யானைத் தந்தங்கள்! அவை ஓலையின் அளவே நறுக்கப்பட்டுள்ளன! புத்தகத்தின் முன் பின் அட்டைகள் போல!

ஒரு ஓலையில் நம்மால் மூன்று நான்கு வரிகள் எழுத முடியும். ஆனால் அதில் பன்னிரெண்டு வரிகள் எழுதி இருக்கிறார்கள். ஓலையின் நடுவே இரண்டு துளைகள் போட்டு அவற்றைச் சுற்றிச் சதுர வடிவில் இடைவெளிவிட்டு எழுதி இருக்கிறார்கள். அந்தத் துளைகளில் கயிறு கோர்த்துச் சுவடிகளைக்கட்டி இருக்கிறார்கள்.

ஓலையில் எழுத்தாணி கொண்டு கீறி எழுதிவிட்டு அதன் பின்பு கருப்புப்பொடி தூவினால் எழுத்துகள் தெரியும். ஆனால் அதற்கு எந்த அளவு நுண்ணிய பார்வை திறன் வேண்டும்! இதே முறையில் அற்புதமாய்ச் சித்திரங்கள் தீட்டி வைத்திருக்கிறார்கள். சித்திர இராமாயணம், சித்திர பாரதம் இரண்டும் இருக்கின்றன. சித்திரங்களுக்கு இயற்கை வண்ணங்களும் உண்டு!

மெல்லிய துணியில் எழுதியவை இருக்கின்றன. காஷ்மீரின் மெல்லிய மரப்பட்டையில் எழுதி இருக்கிறார்கள்.

மலையாள மொழிச் சுவடிகள் மட்டும் அல்ல! தமிழ், தெலுங்கு, இந்திச் சுவடிகளும் உண்டு. திருக்குறள், நன்னூல், பெரிய புராணம் எல்லாம் பார்க்கும்போது ஒரு வினாடி மூச்சுவிட மறந்து போயிற்று!

சுவடிகளை ஒழுங்கான கால இடைவெளியில் தைலம் தடவிச் சுத்தம் செய்து நேர்த்தியாய்ப் பராமரிக்கிறார்கள். (எலுமிச்சைப் புல் தைலம் + வேதிப் பொருள்)

கிட்டத் தட்ட எல்லாச் சுவடிகளும் கேரள அரண்மனையில் இருந்து கொண்டுவரப்பட்டவை. மக்களும் தங்களிடம் உள்ளதை அளித்து இருக்கின்றனர். சிலருக்கு அந்தப் பொக்கிஷத்தைக் கொடுத்துவிட மனம் வராது. அவர்கள் கொடுத்தால் பராமரித்து மீண்டும் கேட்கும்போது கொடுத்து விடுவார்களாம்.

மிக மிகச் சிறிய எழுத்துகளைக் கொண்ட சுவடியும் இருக்கிறது. கையோடு கொண்டு போயிருந்த உருப்பெருக்கியால் அதைப் பார்த்தோம்! அடடா! ஒரே மாதிரி எழுத்துகள்! துளியும் பிசகாத வரிசை! பார்த்த எனக்குக் கொஞ்சம் குற்ற உணர்வே வந்துவிட்டது!

"நம்ம கையில பெருசா ஒரு பேப்பரைக் கொடுத்து அழகான பேனாவையும் கொடுத்தா... கோணல் மாணலா எழுதறது! நம்ம கையில இப்படி ஓலைச் சுவடியும் எழுத்தாணியும் கொடுத்தா என்ன செஞ்சிருப்போம்?"

என்னைப் பிரமிக்க வைத்தது ஒரு ருத்ராட்ச மாலை! ஒரு ருத்ராட்சம் என்பது அந்த வடிவில் அடுக்கப்பட்ட ஓலைகளின் தொகுப்பு! இரு முனைகளிலும் மிகச் சிறிய வட்ட வடிவ ஓலைகள். நடுவில் போகப் போக அவற்றின் அளவு பெரிதாகிக்கொண்டே போகிறது. அவற்றில் இறைவனை வணங்கும் மந்திரங்கள் எழுதப்பட்டுள்ளனவாம்! அரண்மனையின் அரசிகள் அவற்றைக் கோயிலுக்குப் போகும்போது அணிந்துகொள்வார்களாம்! அங்கு அவற்றைப் படித்து வழிபடுவார்களாம்! எவர் கற்பனையில் உதித்தது இது!

சுவடிகளைத் தனியாகக் கையில் எடுத்துப் புகைப்படம் எடுக்க அனுமதி இல்லை. நாங்கள் கேமராவை எடுக்கவும் இல்லை! அவர்களே எங்களைப் புகைப்படம் எடுத்து அனுப்பினார்கள்!

அவர்கள் யாரா? என் மகனின் தோழர்கள். என் மகன் அவர்களுடன் ஓர் ஆராய்ச்சியில் இணைந்து செய்து இருக்கிறான். அவன் வேண்டுகோளுக்கு இணங்கி எங்களை வரவேற்று, சுற்றிக் காட்டி விளக்கம் அளித்து அனுப்பி வைத்த அஷ்வினிக்கும்

ஆர்யாவுக்கும் மனம் நிறைந்த அன்பையும் நன்றியையும் தெரிவித்துக்கொள்கிறோம்.

விளக்கம் அளித்த உமா மகேஸ்வரிக்கும் நன்றி! உள்ளே அனுமதித்த அனைவருக்கும் நன்றி!

இது போன்ற ஒரு பல்கலைக் கழகம் என் வீட்டின் அருகே இருந்தால்... காலத்துக்கும் ஒரு மாணவியாய் மகிழ்ச்சியுடன் படித்துக்கொண்டே இருக்கலாம்!

10. அந்த அரபிக் கடலோரம்...!

கேரளாவின் கடலோரம் வர்க்கலாவில் ஐந்து நாட்கள் தங்கப் போகிறோம் என்றதும் தோழிகள் கேட்ட கேள்வி "ஒரே இடத்திலா? வெறும் கடலை எத்தனை நேரம் பார்ப்ப? போரடிக்காதா?"

உண்மையில் அரபிக் கடலோரம் அத்தனை வகை வகையான இடங்கள் காணக் கிடைக்கும் என்று எனக்குத் தெரியாது. நம் ஊர்க் கடற்கரை (சென்னைக் கடற்கரை!) போல் அகன்ற மணற்பரப்பு அங்கு இல்லை. தெருவில் நடந்து செல்லும்போது ஒரு பக்கம் வீடுகள்! மறுபக்கம் கடல்! பாறைகள் போட்டு ஒரு தடுப்பு. அவ்வளவுதான்! மக்கள் எப்படி அந்த வீடுகளில் பயமின்றி வசிக்கிறார்கள்?

எங்கள் தெரு முனையில் ஒரு கால்வாய் ஓடுகிறது. அது சென்றடையும் இடம் அடையாறு. எனவே அடையாறு கால்வாய் என்போம். மழை நாளில் அதை நினைத்து நாங்கள் பயப்படும் பயம் இருக்கிறதே... அதை விவரிக்க முடியாது! 2015 வெள்ளத்தில் வீடுகளுக்குள் பத்தடி உயரம் நீரைக் கொண்டு வந்த பெருமை அதற்குண்டு! ஆனால் இருபதடி தூரத்தில் ஆர்ப்பரிக்கும் கடலை வைத்துக்கொண்டு... வீடு கட்டி வாழும் மக்களை என்ன சொல்வது!

இன்னொருபுறம் varkala cliff இருக்கிறது. குறுகலான தெருவின் ஒருபுறம் முழுக்கக் கடைகள். மறுபுறம் பார்த்தால் ஆ...ஆழத்தில் கடல்! அதை உற்றுப் பார்த்தால் தலை சுற்றுகிறது! (எனக்கு!)

Kappil beach என்றொரு இடம். ஒரு பக்கம் கடல்... மறுபக்கம் காயல்! உப்பங்கழி என்று தூய தமிழில் சொல்லலாம். காயலும் தமிழ்தான். வழக்கம்போல் அதை மலையாளம் எடுத்துக் கொண்டது! எல்லோருக்கும் புரிவதுபோல் சொல்லவேண்டும்

என்றால் back water. அதில் சிறு பிள்ளைகளைக்கூட விளையாட விட்டு வேடிக்கை பார்க்கிறார்கள்!

மிகவும் கவர்ந்த ஓரிடம் பொன்னும் துருத்து! பரந்த அளவில் காயல். அங்கு படகில் ஒருமணி நேரம் அழைத்துச் செல்கிறார்கள். அங்கு கண்ணெட்டும் தூரத்தில் இருக்கும் சிறு தீவின் பெயர்தான் பொன்னும் துருத்து! நாங்கள் சென்ற நேரம் தீவில் நிஜமாகவே ஒரு ஈ காக்கைகூட இல்லை! சிறு கோவில் ஒன்று இருக்கிறது. (என்ன கோவில்? தெரியவில்லை!) ஓங்கி உயர்ந்த மரங்கள்! இந்த ஆங்கிலப் படங்களைப் பார்த்துப் பார்த்து... தீவின் உள்ளே நுழைந்ததும் "ஏதாவது" கிடக்கிறதா என்று நம் துப்பறியும் மூளை (!) தேடுகிறது! நல்லவேளை! ஒன்றுமில்லை! படகுக்காரரிடம் சொல்லிப் புகைப்படம் எடுத்துக்கொண்டதும் கொண்டு வந்து கரைசேர்த்துவிட்டார்கள். எனக்கு owl Island ஞாபகம்தான் வந்தது!

(Peter rabbit பார்த்து இருக்கிறீர்களா? அதில் வரும் தீவு! பார்த்து விட்டு என்னைத் திட்டக்கூடாது! அது சிறுவர்களுக்கான தொடர்! எனக்கும் பிடிக்கும்!)

இப்படியாக அந்த அரபிக் கடலோரம் பல அழகுகளைக் கண்டு வந்தோம்!

11. என்ன வளம் இல்லை....?

கேரளாவில் வர்கலா என்ற ஊரில் தங்கி இருந்தோம். அங்குச் சுற்றியுள்ள இடங்களை நிதானமாய்ப் பார்வையிடுவது என்று திட்டம். அங்கு பார்த்த எல்லோரும் “ஜடாயு பார்க் போங்க... நல்லா இருக்கும்” என்றார்கள். நாங்கள் இலேசான தயக்கத்துடன் இரண்டு நாட்கள் போகவில்லை. பொதுவாக சில நூற்றாண்டுகள் ஆகிய இடங்களைப் பார்ப்பது பிடிக்கும். இந்த ஜடாயு இயற்கைப் பூங்கா ஐந்தாறு ஆண்டுகள் முன்புதான் வடிவமைக்கப்பட்டுள்ளது. மேலும் மலை உச்சிக்குக் கேபிள் காரில் போகவேண்டும்!

(எனக்கு மூன்றாம் மாடியிலிருந்து கீழே பார்த்தாலே தலை சுற்றும்!)

யோசித்துப் பார்க்கும்போது கேபிள் காரில் போக இதுவே நல்ல வாய்ப்பு என்றும் தோன்றியது. கிளம்பிவிட்டோம்.

பூங்காவினுள் நுழைந்தவுடன் முதலில் கவனத்தைக் கவர்ந்தது அந்த இடத்தின் சுத்தம். கேபிள் காரில் பயணம் செய்யச் சீட்டு வாங்கியதும் உள்ளே அழைத்துக் காத்திருக்கச் சொன்னார்கள்... வரிசை பிசகாமல்! நம் ஊர் விமான நிலையம் போல் இருக்கிறது அந்த இடம்.

திரையில் மலை பற்றி ஒளிபரப்பிக்கொண்டிருந்தார்கள். நடந்து ஏறினால் 886 படிகள். வழியெங்கும் அங்கங்கு பாதுகாப்பாய் நின்று சுற்றிலும் கண்டு களிக்க ஏற்பாடுகள். கேபிள் கார் செங்குத்தாய் ஒரு கிலோ மீட்டர் ஏறும்! (அய்யய்யோ! ஏதோ ஒரு வினாடி தைரியத்தில் டிக்கெட் வேற வாங்கிவிட்டோம்... ஐந்நூறு ரூபாய்! திரும்பிப் போகவும் மனசு வராதே... அய்யோ... கணக்கை சரியாப் போடு...! ரெண்டு பேருக்கு ஆயிரம் ரூபாய்!)

கேபிள் கார் வந்துவிட்டது! ஏறி உட்கார்ந்து பார்த்தால் கதவருகே ஒரே ஒரு கைப்பிடி! அதைக் கெட்டியாய்ப் பிடித்தவள்தான்! இறங்கும்வரை விடவில்லை!

ரொம்பவும் ஜாக்கிரதையாய், எதிரே அமர்ந்து இருந்த என் கணவரின் தலைக்கு மேலே தெரியும் மலையை வேடிக்கை பார்த்துக்கொண்டிருந்தேன். (கீழே பார்த்தால்தானே பயமாய் இருக்கும்!)

நாங்கள் இருந்த வண்டியில் ஒரு குடும்பம் இருந்தது. அதில் இரட்டைப் பிள்ளைகள்! இரண்டும் பயங்கரமாய் கலாட்டா செய்து கொண்டு இருந்தன! அந்த அப்பா கீழே தெரிவது என்ன செடி என்று தன் அம்மாவுடன் தீவிரமாய் விவாதம் செய்துகொண்டு இருக்கிறார்! ("அம்மே! நோக்கு! மாவின செடி அல்லோ? " " டா..! இல்லடா! மாவு அல்லா! மருதி....") என்னங்கடா இது? பிள்ளைகளைப் பார்க்காமல்...!

அதில் ஒரு பிள்ளை கேபிள் காரின் கண்ணாடியில் முட்டுகிறது. வேகமாய் என் பக்கம் வேறு அவ்வப்போது பாய்கிறது. எனக்குக் கதவைத் திறந்து குதித்துவிடலாம் போல் இருக்கிறது... இருங்க...! போல் இருக்கி... என்று நினைத்துக்கொண்டே அனிச்சையாய்க் கதவுப் பக்கம் திரும்பிப் பார்த்தேவிட்டேன்! யப்பா! மூச்சே வரவில்லை! அந்த நேரம் பார்த்து அந்த வண்டி வேறு ஆடுகிறது! மீண்டும் உள் பக்கம் பார்வையைத் திருப்பி 'உர் ' ரென்று வந்தேன்.

என் கணவர் "ஹெலிபேட் பாரு!" என்கிறார்! ரொம்ப முக்கியம்! லேசாய்த் தலை திருப்பிப் பார்த்தேன். என் கையில் கேமராவைக் கொடுத்து "ஃபோட்டோ எடு!" என்று போஸ் கொடுக்கிறார்! என்ன ஒரு சோதனை! வழக்கமாய் என் அலைபேசியில் புகைப்படமாய் எடுத்துத் தள்ளும் நானே கைப்பிடியை விடாமல் கம்மென்று வருகிறேன்... முறைத்துப் பார்த்தால் அவருக்குப் புரியவில்லை! (எப்பவுமே முறைக்கிற மாதிரி முழி இருந்தால்...எப்படிப் புரியும்?)

மெதுவாய் கேமராவை வாங்கிப் புகைப்படம் எடுத்தேன். மலை உச்சிக்கு வந்துவிட்டோம்! அப்பாடா! கொஞ்சம் பயம் போய்விட்டது!

ஜடாயு விழுந்த இடம் என்று புராணக் கதை சொல்கிறார்கள். மிகப் பெரிய பறவைச் சிலை என்கிறார்கள். அத்தனை பிரமிப்பாய் இருக்கிறது! பாறைத் துண்டுகளை வைத்தே வடிவமைத்து இருக்கிறார்கள். (உண்மையில் பாறைதானா என்று தெரியவில்லை.) மலையின் அதே நிறத்தில்... மலையின் ஒரு பகுதி போலவே இருக்கிறது! தனித்தனியாகப் பார்த்தால் வெறும் பாறை போல் இருப்பது பிற பாகங்களுடன் ஒன்றிணைந்து ஒரு பறவையைக் கண் முன்னே கொண்டு வரும் அதிசயம், நம் கண் முன்பே நிகழ்கிறது!

நாங்கள் இருவரும் புலம்பிக்கொண்டே திரும்பினோம்! நம் ஊரில் மலைகளா இல்லை? இப்படி ஓர் எண்ணம் ஏன் யாருக்கும் வரவில்லை? மலை உச்சியில் இருந்து சுற்றிலும் பார்க்க யாருக்குத் தான் பிடிக்காது? இது போல் ஒரு சுற்றுலாத் தலம் ஏன் நம் ஊரில் அமைக்கக் கூடாது?

என்ன வளம் இல்லை இந்தத் திருநாட்டில்?

யாரைப் போய்க் கேட்பது?

❖

12. நிலவுக்கும் ஒரு நாள்...!

கணவர் ஜெர்மனியில் இருந்த நேரம்..., 2005 ஆம் ஆண்டு. கணவரின் நண்பர் நான்கு மணி நேரம் பயணித்து எங்களைக் காண வந்தார். நம் ஊர்ச் சமையல் செய்து கொடுத்ததும் மிகுந்த திருப்தியுடன் சாப்பிட்டார். பேச்சு வாக்கில் நான் இட்லி செய்யப் போகிறேன் என்றதும் அவருக்கு அதிர்ச்சி! அங்கு மாவரைக்கும் இயந்திரம் கிடையாது. நம் ஊரில் இருந்து அரிசியையும் உளுந்தையும் உலர்மாவாய்க் கொண்டு போய் அங்கு ஹாட் பேக்கில், கரைத்த மாவை இரண்டு நாள் வைத்துப் புளிக்கவைக்கும் கலையைச் சொன்னேன். மைக்ரோவேவ் அடுப்பில் இட்லி செய்து எடுப்பது இன்னொரு சவால்! அவர் “தப்பா நினைக்காதீங்க! இட்லி சாப்பிட்டு ரொம்ப நாள் ஆச்சு. எனக்குக் கொஞ்சம் இட்லி பேக் பண்ணித் தரீங்களா?” என்றார். இருந்த மாவு மொத்தமும் இட்லியாக்கித் தந்து அனுப்பி வைத்தோம்! அவருடைய மகிழ்வை விவரிக்க வார்த்தைகள் இல்லை என்னிடம்!

நம் ஊருக்கு வருவோம். “ம்க்கும்! இன்னிக்கும் இட்லியா?” என்று அலுத்துக்கொள்ளும் குரலை எத்தனை வீடுகளில் தினம் கேட்கலாம்? இத்தனைக்கும் உலர்மாவு இட்லியை விட மென்மையாய் இருக்கும் சுவையான இட்லி!

இட்லி என்பது இரண்டு இடத்திலும் ஒன்றுதான். ஆனால் அதை உண்பவர் மனநிலை பொறுத்து அது கொண்டாடப் படுகிறது. அல்லது ஒதுக்கப்படுகிறது. எல்லாமே மனம் எடுக்கும் முடிவுகள்தான். இல்லையா?

நான் எந்த ஊருக்குச் சென்று வந்தாலும் என் தோழிகள் ஒன்றைச் சொல்வார்கள். “ நீ போன இடத்துக்கு நானும் போனேன். அப்படி ஒண்ணும் ஓஹோன்னு இல்லையே! உன் கண்ணுக்கு மட்டும் எப்படி அப்படித் தெரியுது?”

ஓரிடம் போக வேண்டும் என்றால் நமக்கு அந்த இடம் பற்றிக் கொஞ்சமாவது தெரிந்திருக்கவேண்டும். அதன் வரலாற்றை அறிந்திருக்கவேண்டும். அங்கு போக சற்றேனும் நாம் காத்திருக்க வேண்டும்! எப்போது போவோம் என்று ஏக்கம் வரும்போது போய்விடவேண்டும். அதுவரை கற்பனையில் பார்த்த இடத்தை நேரில் பார்க்கும்போது தானாக ஒரு சந்தோஷம் வந்துவிடும்! அவ்வளவுதான்!

எல்லா இடங்களும் இட்லி மாதிரி சாதாரணமாய் இருக்கலாம்! ஆனால் அதற்கான தேடுதல் அதன் மதிப்பை உயர்த்திவிடுகிறது!

வாழ்க்கையில் எந்த ஒரு விஷயமும் அப்படித்தானே? பசித்த வருக்கு உணவு அமிர்தமாய் இருப்பதும் பசியில்லை என்பவருக்குப் பிடிக்காமல் போவதும் இயல்புதானே?

பெரும்பாலும் வரலாற்றுச் சிறப்பு மிக்க இடங்களைப் பற்றிப் படித்துத் தெரிந்துகொண்டு, பார்க்க ஆசைப்பட்டுப் பின் திட்டமிட்டே கிளம்புவோம்.

ஒருமுறை என் மகன் நிலவைப் பார்த்துக்கொண்டிருந்தான். நான் அவனுக்கு அமாவாசை முடிந்து மூன்று நாட்கள் ஆனதால் நிலா மேற்குப் பக்கம் உதித்து வருகிறது என்று விளக்கிச் சொல்லிக் கொண்டிருந்தேன். அவன் அப்போது சிறுவன். உடனிருந்த ஒரு பெண்மணி "நீ சொல்றது எனக்கே இத்தனை நாள் தெரியாது! உனக்கெப்படித் தெரியும்?" என்றார். "எல்லாம் படிச்சுத் தெரிஞ்சுக் கிட்டதுதான்! படிச்சு வைப்போம்... என்னைக்காவது உதவும்..." என்றேன். உடனே என்னைப் பார்த்துக் கேட்டார்...

"எந்தப் பக்கம் நிலா வருதுன்னு தெரிஞ்சு நீ என்ன பண்ணப் போற? நிலாவுக்கா போகப் போற?"

நல்ல கேள்வி! ஆனால் இலேசாய்க் கோபம் வந்துவிட்டது எனக்கு! அப்போது அதற்குப் பதில் சொல்லவில்லை!

இப்போது எனில்... "நிலாவுக்குப் போகும்போது உங்களையும் கூட்டிப் போறேன்!" என்று சிரித்த முகத்துடன் சொல்லி இருப்பேன்!

❖

13. ஒரே உணவு! ஒரே உடை!

வர்க்கலா செல்லும் சாலையில் தேடிப் பிடித்து ஓர் உணவகம் போனோம். என்ன இருக்கிறது என்று கேட்டால் "பிரைட் ரைஸ், நான், பரோட்டா" என்று பதில் வருகிறது. மறுநாள் தங்கி இருந்த இடத்தில் சாப்பிடப் போனால் இட்லி (!) தந்தார்கள்! நான் பொறுக்க முடியாமல் கேட்டேவிட்டேன். "உங்க ஊருக்கு வந்திருக்கோம். உங்க உணவு கிடைக்கும்னு நினைச்சா இப்படிப் பண்றீங்களே! இந்தப் புட்டு, இடியாப்பம், கடலைக்கறி எல்லாம் கிடையாதா?"

"ஓ! அதெல்லாம் பிடிக்கும்னா செய்து தரோம்!" என்று தினம் ஒன்றாய்ச் சமைத்துக் கொடுத்தார்கள்.

மதிய உணவு பரவாயில்லை. அவர்கள் வழக்கப்படி காய்கறிகளும் குழம்பும் செய்கிறார்கள். கர்நாடகா சென்றாலும் இதே நிலைதான். தேடிப்போய்ப் பார்த்தால் அக்கி ரொட்டியும் மத்தூர் வடையும் கிடைக்கும். நம் ஊர் உணவகங்களில் கூடப் பல நேரம் இட்லி கிடைப்பதில்லை.

எனக்குச் சில சமயம் ஆச்சரியமாய் இருக்கும். "ஒரே நாடு ஒரே உணவு!" என்று மாற்றிவிட்டார்களோ என்று! எல்லா ஊரிலும் எப்படி "பிரைட் ரைஸ், ரொட்டி" என்று சமைக்கத் தொடங்கி விட்டார்கள்?

ஒவ்வொரு நிலப் பகுதிக்கும் அதற்கேற்ற வகையில் உணவு சமைத்த நாடல்லவா இது?

இத்தனைக்கும் பயிர்களும் காய்கறிகளும் இன்று கிடைக்கும் அளவு முன்பெல்லாம் கிடைக்காதுதானே? ஆனாலும் அவரவருக்கென்று தனித்த உணவுப் பழக்கம் இருந்தது.

ஒவ்வொரு வீட்டுக்கும் கூட உணவுகள் சமைக்கும் விதம் மாறுபடும் முன்பு. பலகாரங்கள் செய்யும் விதம் வெவ்வேறாக இருக்கும். அந்தத் தனித்துவம் ஏன் மறைந்துகொண்டே வருகிறது?

நான் சிறுமியாய் இருக்கும்போது பார்த்தது நினைவில் இருக்கிறது. தமிழ்நாட்டு எல்லை தாண்டி கர்நாடகாவில் நுழையும்போது பளிச்சென்று மக்களின் உடை வேறுபாடு தெரியும். பதின் வயதுப் பெண்கள் நம் ஊரில் தாவணி அணிந்த காலத்தில் கன்னடப் பெண்கள் பாவாடைக்கு மேல் சற்றுக் குட்டையாய் ஒரு சட்டை அணிவார்கள். கன்னடக் கிராமங்களில் பெண்கள் புடவை அணியும் விதம் வேறாக இருக்கும். கேரளப் பெண்கள் பாவாடையும் சற்று நீண்ட சட்டையும் போடுவார்கள். புடவைக்குப் பதில் முண்டு அணிவார்கள்.

சமீப காலங்களில் இந்த உடைகளைக் காண்பது அரிதாகி விட்டது. தாவணி கிட்டத்தட்ட வழக்கொழிந்து விட்டது. அதைப் பண்டிகை நாளில் போனால் போகிறது என்று சில பெண்கள் அணிந்து கொள்கிறார்கள்! இன்னும் கொஞ்ச நாளில் புடவைக்கும் அதே கதிதான் வரும் போலிருக்கிறது! தோழி சொன்னார் “நம்ம தேசிய உடை நைட்டியாகி ரொம்பக் காலம் ஆச்சே! வீட்டில் நைட்டி! வெளியில் போனால் சுடி. கல்யாணத்துக்குப் போனா புடவை!”

மாற்றம் ஒன்றே மாறாதது! உண்மைதான்! ஆனால் ஒரே உணவு என்று மாறிவிட்டால்.... அப்புறம் உணவில் இரசனை போய் விடாதா? உணவில் கிடைக்கும் சிறு சிறு சந்தோஷங்களை நாம் இழந்துவிட மாட்டோமா? ஒரே மாதிரி உடை என்றால்... அதில் இரசிக்க என்ன இருக்கிறது?

மெல்ல மெல்ல நம் நுட்பமான உணர்வுகள் எல்லாம்கூட மாறி விடலாம். ஒரே உணவைச் சாப்பிட்டு நாக்கு செத்துக் கிடந்தால் கலைகள் எப்படி வளரும்? புடவை வழக்கொழிந்து போய் விட்டால் நிறங்களே குறைந்து போய்விடும் அல்லவா?

ஒரே கவலையாய் இருக்கிறது! நிஜம்தான்! நிறையப்பேர் புடவையை விட்டுவிட்டதால் இப்போது புடவைகளில் நிறங்களும் வடிவங்களும் கூடக் குறைந்து போய்விட்டன. தேர்ந்தெடுக்கக் குறைவாகவே புடவைகள் இருக்கின்றன.

உங்கள் குரல் கேட்கிறது எனக்கு... “அப்போ... தீபாவளிக்குப் புடவை எடுக்கப் போனா திருப்தியாப் புடவை கிடைக்கல! அதானே?”

அதுவும்தாங்க!

❖

14. பெண்ணவம்...?

உணவகம் போனபோது அருகிலிருந்த ஒரு பெண்மணியின் மீது இயல்பாய் என் கவனம் சென்றது. உணவு பரிமாறுபவரைச் சிட்டிகை போட்டு அழைத்தார். ஒரு அதிகாரத் தொனியிலேயே அதட்டலாய்ப் பேசிக்கொண்டிருந்தார். விலையுயர்ந்த புடவையும் கணக்கில்லாத நகைகளும் அணிந்து இருந்தார்.

நிறையப் பேரைக் கவனித்து இருக்கிறேன். தங்கள் செல்வத்தை வெளியில் காட்டிக் கொள்பவர்கள் பிறரைத் துச்சமாக மதிக்கிறார்கள். இல்லை... மதிக்காமல் போகிறார்கள். எனக்கு ஒரு விஷயம் புரியவில்லை. அந்தப் பெண்மணி தன் கழுத்து நகையைக் கழற்றி உணவகப் பணியாளரிடம் தந்துவிடப் போகிறாரா என்ன? தான் சாப்பிட்டதற்கு உண்டான காசைக் கொடுக்கப் போகிறார்... அவ்வளவுதானே?

பணியாளர் தன் வேலையைச் செய்கிறார். அப்படி இருக்க அவரை மரியாதை இன்றி நடத்தும் உரிமையைக் கொடுத்தது யார்?

நம் வீட்டு விழாக்களில்கூட இவர் போன்ற சிலரைப் பார்க்கலாம். தான் செல்வந்தர் என்பதால் எல்லோரிடமும் ஒரு கூடுதல் மரியாதை எதிர்பார்ப்பார்கள். உறவுகளும் அதைச் செவ்வனே நிறைவேற்றி வைப்பார்கள்! அதுதான் என்னை மேலும் கடுப்பாக்கும்!

பணம் இருப்பவர்கள் என்றாவது ஒருநாள் தனக்கு அதைக் கொடுத்துவிடக்கூடும் என்று மனிதர்கள் நம்புகிறார்களா? எதற்கும் வருங்காலத்தில் உதவக் கூடும் என்று நினைத்துக் கூழைக் கும்பிடு போட்டு வைக்கிறார்களா? செல்வந்தர் தன்னை மதிக்காவிட்டாலும் பரவாயில்லை என்ற எண்ணம் எப்படி வருகிறது?

செல்வந்தர்கள் உண்மையாகவே உழைத்துச் சம்பாதித்து இருக்கலாம். அது வேறு விஷயம். அந்தப் பணத்தைத் தூக்கி அவர்கள் போவோர் வருவோரிடம் ஒன்றும் கொடுத்துவிடப் போவதில்லை அல்லவா? அப்படி இருக்கப் பிறர் மீது கடுஞ்சொல் வீசுவது எதற்காக? தான் பிறருக்கு மரியாதை கொடுக்காமல், அதைப் பிறரிடம் எதிர்பார்ப்பது ஏன்?

அன்று முழுக்க அந்தச் சிட்டிகை மனதில் உறுத்திக்கொண்டே இருந்தது. போய்க் கேட்டுவிட முடியாத நிலை அதிக வருத்தம் அளித்தது.

பெரும்பாலும் இந்தக் குணம் பெண்களிடம்தான் அதிகம் இருக்கிறது. அதை ஆணவம் என்று சொல்லலாமா? அல்லது பெண்ணவம் என்று ஒரு வார்த்தை உருவாக்கிவிடலாமா?

பின்குறிப்பு: எத்தனை பேர் என்னைத் திட்டப் போகிறார்களோ... தெரியவில்லையே!

15. நாவூறும் உணவு...
நினைவூறும் உறவு!

இந்த காசறக் கீரை இருக்கிறதே... அதைத் தோட்டத்தில் இருந்து பறித்த உடனே வதக்கிவிட்டு, உப்பும் காய்ந்த மிளகாயும் வைத்து அரைத்துவிட வேண்டும். பிறகு நல்லெண்ணெய் ஊற்றித் தாளித்து விட்டு, அரைத்த விழுதைப் போட்டு இலேசாய்ப் பிரட்டி எடுத்து விட வேண்டும். இப்போது அதைச் சுடுசோற்றில் போட்டுப் பிசைந்து முதல் கவளம் சாப்பிடுங்கள். இலேசாய் இன்னதென்று தெரியாத ஒரு சுவையே முதலில் தெரியும். பிறகு மிக லேசான புளிப்புத் தெரியும். நாட்டுக் கீரையில் இலேசான கசப்புக் கூடச் சில சமயம் தெரியும். இரண்டு வாய் சாப்பிட்டு முடித்த பிறகு ஒரு துவர்ப்புத் தட்டுப்படும். அடுத்து என்ன சுவை என்று பார்க்க மேலும் மேலும் கவளங்கள் வாய்க்குள் போய்க்கொண்டே இருக்கும். உண்டு முடித்துக் கை கழுவிய பின்பும் சாப்பிட்ட கையில் ஒரு சன்னமான வாசனை மணந்துகொண்டே இருக்கும். நாக்கில் கீரையின் ருசி ஒட்டிக் கொண்டதுபோல் இருக்கும்.

நம் நாட்டுச் சமையல் அப்படித்தான்! பார்த்த உடனே கண்ணைக் கவரும் விதமாக இருக்காது. விலை உயர்ந்த பொருட்களைச் சேர்க்க வேண்டிய அவசியமில்லை. குப்பைக் கீரை கடைந்தாலும் வயிறு நிறையத் திருப்தியாய் உண்ண முடியும்.

குப்பைக் கீரை என்பது குப்பையில் போடும் கீரை இல்லை! விறகு அடுப்பில் சமைத்த காலத்தில் எங்கள் வீட்டுத் தோட்டத்தில் குப்பைக் குழி ஒன்று இருக்கும். காலையில் அடுப்பில் வாரிய சாம்பலை அதில்தான் கொட்டுவோம். பிறகு காய்களை அரிந்து விட்டு, அந்தத் தோல்களையும் விதைகளையும் அதில் போடுவோம். அந்தக் குப்பை மேட்டைச் சுற்றி நிறையச் செடிகள் தானாகவே

வளர்ந்து இருக்கும். தப்புச் செடிகள்! (தப்பிய செடிகள்!) அவற்றில் இருந்து உண்ணத் தகுந்த கீரைகளைப் பறித்து அம்மா சமைப்பார். அந்தக் கீரைகளை எனக்கும் அடையாளம் காட்டித் தந்திருக்கிறார். நாவளிக் கீரை, மூக்கட்ணாங் கீரை போன்ற கீரைகள் சேர்ந்த கலவையே குப்பைக் கீரை!

சரி... இதெல்லாம் இப்போது எதற்கு? என்கிறீர்களா? சமீபத்தில் ஒரு சைனீஸ் உணவகத்திற்குப் போனோம். பன்னீர், காய்கள் எல்லாம் வறுத்து அழகழகாய்க் கொண்டுவந்து வைத்தார்கள். அழகுதான்! எடுத்து ஒரு துண்டு சுவைத்தால் ருசியும் கூடத்தான்! ஆனால் இரண்டு துண்டுக்கு மேல் தின்ன முடியாமல் திகட்டிப் போய்விட்டது. அப்படியே அன்னாசிப் பழ சாதமும்! (அட! ஆமாங்க! அன்னாசிதான்!) காய்கறிகள் போட்டுத் தேங்காய்ப் பாலில் சமைத்த தாய்க்கறி (இருங்க! அது தாய்லாந்து குழம்பு!) மட்டும் சாப்பிட முடிந்தது. வீட்டுக்கு வந்தால் வயிறு என்னவோ நிறைந்துவிட்டது! ஆனால் சாப்பிட்ட திருப்தியே இல்லை. (இதைச் சொன்னால் பிள்ளைகள் வேறு திட்டுவார்கள்!)

நாக்கு ருசிகூடப் பழக்கத்தின் விளைவுதான்... இல்லையா? பழகிய உணவை நினைத்தாலே நாவூறும்... அல்லவா?

உணவு மட்டுமா? மனிதர்கள்கூட அப்படித்தான் என்று தோன்றும் எனக்கு. நம்முடைய ஊர், உணவு, உடை, இரசனை இவற்றை ஏதோ ஒரு சமயம் அனுபவித்துப் பேசும் மனிதரை நமக்குப் பிடித்துப் போய்விடும்! இருவருக்கும் பொதுவாய் ஒரு ருசி இருக்கும்! தானாய் நட்பு மலர்ந்துவிடும்! ஆனால் நமக்குச் சம்பந்தம் இல்லாத ஒரு பின்னணியில் வந்தவர்கள் எத்தனை பழகினாலும் ஓர் இடைவெளி இருந்துகொண்டே இருக்கிறது. ஒன்றிப் போக முடிவதில்லை. சில நேரம் திகட்டியும் போய்விடும்! ("தப்பா ஒண்ணுமில்ல! எனக்கு வேணாம்! அவ்வளவுதான்!")

ஒரு சந்தேகம்! எனக்கு மட்டும்தான் இப்படித் தோன்றுகிறதா? உங்களுக்குமா?

பின் குறிப்பு: காசறக்கீரையை இங்குச் சென்னையில் "புளிச்ச கீரை" என்று சொல்கிறார்கள். யாரெல்லாம் சாப்பிட்டு இருக்கிறீர்கள்?

❖

16. ஒளித்து வைத்த இரகசியம்!

காபி குடிக்கும் நேரத்தில் சின்னவன் அபி "உனக்குக் காபி நம்மூருக்கு வந்த கதை தெரியுமா?" என்று கேட்டான். "சொல்லு! தெரிஞ்சுக்கிறேன்."

"பாபா புதன்னு ஒரு சூபி சாமியார் இருந்தாரு. அவர் 1670 ல மெக்கா போனார். வழியில ஏமன்ல மோச்சாங்கிற இடத்துல முதல் தடவையா காபி குடிச்சார். அவருக்கு ரொம்பப் பிடிச்சுப் போச்சு. காபிக்கொட்டை கேட்டா அந்த ஆளுங்க அதை வறுத்துத்தான் கொடுக்கறாங்க. ஏன்னா யாரும் அதை எடுத்துக்கிட்டுப் போய் அவங்க ஊர்ல நட்டு வளர்த்துடக் கூடாதில்ல? அப்புறம் இவங்க வியாபாரம் என்ன ஆகறது?

பாபா பார்த்தாரு... ஏழு வறுக்காத காபிக் கொட்டைய எடுத்து தன்னோட தாடிக்குள்ள ஒளிச்சு வச்சுக்கிட்டாரு. கஷ்டப்பட்டு கொண்டு வந்து சிக்மகளூர்ல இருக்கிற மலைச்சரிவுல பயிரிட்டாரு. நல்லா வளந்துது. அப்படியே இங்க காபி கால் வச்சு வந்துடுச்சு.

அந்த மலை பேரு முதல்ல சந்திர துரோண மலை. பாபா அங்க போனப்புறம் பாபா புதன் கிரி ஆயிடுச்சு. மோச்சாங்கிற பேர்ல இப்போ ஒரு காபி கிடைக்குது."

"ஓ! இது வரலாறா? இதுவரைக்கும் எனக்குத் தெரியாது. சரி... திடீர்னு என்ன காபி பத்தி ஆராய்ச்சி?"

"ஹாபி ஏதாவது வேணும் இல்ல? இங்க வந்து பாரு. காபிக்கொட்டை வறுத்து வச்சிருக்கேன். புது ருசில ஒரு காபி கண்டு பிடிக்கப் போறேன்... ப்ரெண்ட்ஸ்கூட சேர்ந்து! அடுத்த வாரம் மைசூர் போறேன்.. கூர்க் போப்போறேன்...காபி வாங்க!"

ஆஹா! பெங்களூரில் பிள்ளை தனியாய்க் கிடந்து கஷ்டப் படுகிறான் (?) என்று நினைத்து வந்தால் பொழுது என்னவோ சுவாரசியமாய்த்தான் போகிறது போல! பிறகு அவன் நண்பர்கள் வீட்டுக்குப் போனால் காபிச்செடியே இருக்கிறது! காபிப் பழம் பார்க்க அழகாய் இருக்கிறது! ஒருபுறம் காபிக்கொட்டைகள் காய்ந்து கொண்டிருக்கின்றன. மறுபுறம் வறுத்தவை.

ஏதோ பொழுதை உருப்படியாய்க் கழித்தால் சரிதான். மூவருமே தங்கள் வேலைகளில் நிற்க நேரமின்றி ஓடிக்கொண்டுதான் இருக்கிறார்கள். ஆனாலும் கிடைக்கும் வார விடுமுறை நாட்களில் சிரத்தையாய் இப்படிச் செய்வதைப் பார்க்கும்போது கொஞ்சம் சந்தோஷமாய்த்தான் இருக்கிறது!

காபி என்பது எப்போதும் எல்லோருக்கும் ஒரு சக்தியைக் கொடுத்துக்கொண்டுதான் இருக்கிறது! காபிப்பொடியாய் அரைத்தாலும் சரி... காபியாய்ப் போட்டுக் குடித்தாலும் சரி! அதனால்தான் ஏமானியர்கள் ஒளித்து இரகசியமாய் வைத்திருந்தார்கள் போல என்று நினைத்துக்கொண்டேன்!

இதை எழுதியவுடன் ஒரு காபி குடித்தால் தேவலாம் போலிருக்கிறது எனக்கு! உங்களுக்கு...?!

17. மோர்க்களி

காலையில் மோர்க்களி கிளறிக்கொண்டிருந்தேன். அது தொடர்பான நினைவுகள் மனதில் அலையாடிக்கொண்டிருந்தன. எப்போதும் உணவோடான நினைவுகள் இலேசில் மறப்பதில்லை.

இருபது ஆண்டுகளுக்கு முன்பு ஒரு தொலைபேசி அழைப்பு வந்தது.

"அக்கா! பக்கத்து வீட்டுக்குப் போயிருந்தேன். மோர்க்களியாம்! நான் சாப்பிட்டதே இல்ல. ஒரு சின்ன கிண்ணத்துல கொடுத்தாங்க. ரொம்ப நல்லா இருக்குன்னு சொல்லிட்டு, எப்படி செய்யறதுன்னு கேட்டேன். உனக்கெல்லாம் செய்ய வராதுன்னு சொல்லிட்டுச் சிரிக்கிறாங்க. எனக்கு அசிங்கமாப் போச்சு..."

அந்தப் பெண் கணவரின் வேலை நிமித்தம் தன் ஊரையும் உறவுகளையும் விட்டு வெகு தூரம் வந்திருக்கிறார். கர்ப்பிணிப் பெண்! அவர் குரலில் இலேசான விசும்பல். எனக்குத் தாங்கவே இல்லை. ஆறுதல் சொல்லிவிட்டு எங்கள் வீட்டுக்கு அழைத்தேன்.

அடுத்த இரண்டு நாளில் வீட்டுக்கு வந்தார். பிடித்ததைக் கேட்டுச் சமைத்துச் சாப்பிட வைத்தேன். முதல் உணவு மோர்க்களி! கூடவே இன்னொரு தோழியும் வர, அன்றைய பேச்சு களியைச் சுற்றித்தான்! "அந்த மூதாட்டி ஏன் செய்முறைகூடச் சொல்லித் தரவில்லை? நாமாய் இருந்தால் கேட்ட உடனே இன்னும் நான்கு கிண்ணம் செய்து தர மாட்டோமா?" என்று பேச்சு நீண்டது.

சிலர் அப்படித்தான். செய்முறை சொன்னால் சொத்து போய் விடும் என்று கிண்டல் செய்து அந்த இளம்பெண்ணைச் சிரிக்க வைத்தோம்.

து. நிபுணமதி | 45

தோழி மெதுவாய் இன்னொரு கோணம் சொன்னார். மூதாட்டியின் வாரிசுக்கு நடுத்தர வயது. இன்னும் குழந்தை இல்லை. எனவே அந்த எரிச்சல் என்றார்.

"ஆன வயசுக்கு எவ்வளவு அல்பத்தனம்!" என்று பேசிக் கலைந்தோம்.

இருபது ஆண்டுகள் கழித்து ஒருநாள் நானும் தோழியும் பேசிக் கொண்டிருந்தோம். அந்த இளம்பெண், மூதாட்டி எல்லோரும் எங்கே என்றே எனக்குத் தெரியவில்லை. தோழி, தான் கேள்விப் பட்டதைச் சொன்னார்... அந்த மூதாட்டியின் வாரிசுக்குக் குழந்தை இல்லை.

'அதானே! ஆட்டுக்கு வால் அளந்துதான்...' என்ற எண்ணம் வந்தது. கஷ்டப்பட்டு நிறுத்திக்கொண்டேன்.

யாரையும் பார்த்து இப்படிச் சொல்வதோ, "நல்லா வேணும்" என்று நினைப்பதோ தவறு என்ற எண்ணம் மனதில் உண்டுதான். ஆனாலும் சில நேரம் இப்படி நேர்ந்துவிடுகிறது. பிறகு கொஞ்ச நேரம் ஒரு குற்ற உணர்ச்சியில் சிக்கிக் கவலைப் பட்டுக் கொண்டிருப்பேன்! பின்பு அதிலிருந்து மீண்டு வர ஒரு வாக்கியம் வைத்திருக்கிறேன். அதை எனக்கு நானே சொல்லிக்கொள்வேன்!

"நானா சாபம் கொடுத்தேன்? இல்லை. எல்லாவற்றையும் பார்த்துக்கொண்டிருந்த மனம் அதன் போக்கில் சொல்லிவிட்டது! விடு... விடு!"

ஒருவேளை அந்த மூதாட்டியும் தன் மனதில் இப்படி நினைத்து இருப்பாரோ?

"நானா களி கொடுக்க மாட்டேங்கிறேன்? அதென்னவோ மனசு வரல! எங்க வீட்டுல இது நடக்கலையே..." இப்போது இப்படி நினைக்கத் தோன்றுகிறது. காலம் நம்மை மாற்றிவிடுகிறது!

யார் மனதில் என்னவோ! யார் கண்டார்! நாம் எல்லோரும் அற்ப மனிதர்கள்தானே?

பின்குறிப்பு:

மோர்க்களி எளிய செய்முறை கொண்ட ருசியான உணவு. அரை லிட்டர் பாலில் உறை ஊற்றிய தயிர். அதில் அரை லிட்டர் தண்ணீர் சேர்த்துக் கடைந்துகொள்ளுங்கள். ஒரு ஆழாக்குப் பச்சரிசி மாவையும் ஒரு டீஸ்பூன் உப்பையும் மோரில் கரைத்து வையுங்கள்.

கனமான வாணலியை அடுப்பில் ஏற்றி ஐந்தாறு டீஸ்பூன் எண்ணெய் ஊற்றுங்கள். கடுகு, சீரகம், உளுந்து, கடலைப் பருப்பு, பெருங்காயப் பொடி, ஒரு இணுக்குக் கறிவேப்பிலை இவற்றுடன் கிள்ளிய மோர் மிளகாய் நாலைந்து சேர்த்துத் தாளியுங்கள். கடுகு வெடித்து, மிளகாய் கருப்பாகும்வரை கிளறுங்கள். இப்போது கரைத்த மாவைக் கொட்டிக் கைவிடாமல், ஒரு தோசைத் திருப்பி கொண்டு கிளறுங்கள். பத்து நிமிடத்தில் மாவு கையில் ஒட்டாத பதம் வரும். எவ்வளவு கிளறினாலும் இலேசாய் அடி பிடிக்கத் தொடங்கும். மாவு வெந்துவிட்டது. வெண்ணெய் உருண்டை போல் திரண்டு வரும் களியை, எண்ணெய் தடவிய பெரிய தட்டில் கொட்டிச் சமப்படுத்துங்கள்.

சூடாய்ச் சாப்பிடுவேன் என்பவர்கள் சாப்பிடலாம். மற்றவர்கள் சற்றே ஆறிய களியைத் துண்டு போடுங்கள். நன்கு ஆறியதும் கையில் எடுத்துச் சாப்பிட்டுவிடுங்கள்!

எப்படி இருக்கிறது என்று என்னிடம் சொல்லுங்கள்!

நன்கு புளித்த மோரிலும் செய்யலாம். உங்கள் விருப்பம்.

18. தரை தட்டும் ஓரடி

நான் கல்லூரி போகும்வரை என் உணவுக்கு ஏகப்பட்ட விதிகள் உண்டு. காலையில் காபியுடன் ஒரே ஒரு சப்பாத்தி. மதியம் தயிர்சாதம். காரமில்லாத காய்கள். மாலை பழங்களும் பாலும். யார் வீட்டுக்காவது போக நேர்ந்தால் அம்மா "அவ சாப்பிட மாட்டா... ஒரு தம்ளர் பால் கொடுங்க" என்று கேட்டு வாங்கிக் கையோடு கொண்டு வந்திருக்கும் கிளாக்சோ பிஸ்கட்டை அதில் நனைத்துச் சாப்பிட வைத்து விடுவார்! காரம் சாப்பிட்டுப் பழக்கமே இல்லை.

என்னைக் கொண்டுபோய்க் கல்லூரி விடுதியில் சேர்த்தால் எப்படி இருக்கும்? சாப்பிடும்போது கண்ணில் நீர் வடிந்துகொண்டே இருக்கும்! நான் இன்னும் வீட்டை நினைத்து அழுவதாய்ப் பார்ப்பவர் நினைத்துக்கொள்வார்கள். என்னால் சாப்பிடவும் முடியவில்லை... பட்டினி கிடக்கவும் முடியவில்லை.

ஒரு நாள் உட்கார்ந்து தீவிரமாய் யோசிக்கும்போது ஒன்று புரிந்தது. நான் காரம் சாப்பிடப் பயப்படுகிறேன்... பழக்கம் இல்லாததால்! உடனே எழுந்து தோழியின் அறைக்குப் போனேன். அவள் வீட்டில் இருந்து பாட்டிலில் பச்சை மிளகாய் வரும்! தாளித்து நன்கு வதக்கிக் கொடுத்து அனுப்புவார்கள். அன்று அந்த மிளகாய் எனக்கும் வேண்டும் என்று சொல்லிவிட்டேன். இரவு உணவுக்குச் சோற்றுடன் மிளகாய் கடித்துச் சாப்பிட்டேன். என் தோழிகளுக்கு அன்று செம்மையாய்ப் பொழுது போயிற்று! என்ன... கண்ணீர் கொஞ்சம் அதிகமாய் வந்தது! அவ்வளவுதான்!

அடுத்த விடுமுறைக்கு வீட்டுக்கு வந்து நான் சாப்பிட்ட அழகைப் பார்த்து என் அம்மா பயந்து போய்விட்டார்! அம்மாவிடம் கேட்டுப் பச்சை மிளகாய் ஊறுகாய் எடுத்துப் போனது தனிக் கதை!

அன்று விடுதியில் வந்த மாற்றம் என்னை உண்மையில் பக்குவப்

படுத்திவிட்டது எனலாம். இன்றுவரை நான் இந்த உணவு பிடிக்காது என்று முகம் திருப்பிக் கொள்வதில்லை. என்னைக் கட்டி இருந்த ஒரு தளையில் இருந்து விடுபட்ட ஒரு உணர்வே இருக்கிறது.

நாங்கள் சொந்த வீட்டில் இருந்து கிளம்பி வாடகை வீடு போக வேண்டி வந்தது. (தண்ணீர்ப் பிரச்னை) தெரிந்தவர்கள் எல்லோரும் "அது எப்படிப் போறது? கவுரவக் குறைச்சல் இல்லையா?" என்றார்கள். அதெல்லாம் இல்லை... நான் இயல்பாய்ப் போய் விட்டேன். பிறகு தனியாய் இடம் வாங்கி வீடு கட்டினோம். சொந்த வீடு என்று உணர்ச்சி வசப்பட்டு முதல் வீட்டிலேயே இருந்திருந்தால்.... அந்த அடுக்கு மாடிக் குடியிருப்பில் அனைவரும் துவண்டுபோய்விட்டிருப்போம்.

பற்றி இருக்கும் ஒன்றை விட்டு விடுவதற்கு நாம் எல்லோரும் பயப்படுகிறோம். "இதில் சௌகரியமாக இருக்கிறோம். குறை இருக்கும்தான். அதற்காக விட்டுவிட முடியுமா? பழகிய ஒன்றை எப்படி விடமுடியும்?"

சமணக் கோயிலில் ஒரு ஓவியக் கதை தீட்டி வைத்திருப்பார்கள். ஒரு மனிதன் மலையில் இருந்து கீழே விழுந்துவிடுகிறான். இரவு நேரம்... கையில் ஒரு மரக்கிளையைப் பற்றிக்கொண்டு தொங்குகிறான். நேரம் ஆக ஆகக் கை வலிக்கிறது.

"கடவுளே! காப்பாற்று!" என்று கத்துகிறான். கடவுள் உடனே "என்னை நம்பிக் கையை விட்டுக் கீழே குதித்துவிடு! பிழைத்துக் கொள்வாய்!" என்கிறார்! அவனுக்குப் பயம்! விடாமல் பிடித்துக் கொண்டு தொங்குகிறான்! விடிகிறது! குனிந்து பார்த்தால் ஓரடி தூரத்தில் தரை கண்ணில்படுகிறது! "இதற்குப் பயந்தா இரவு முழுக்கத் தொங்கினோம்?" என்று நொந்துபோய்விடுகிறான்!

நாம் இது போல் சிலவற்றில் சிக்கிக்கொள்கிறோம். அது ஒரு பழக்கம் ஆக இருக்கலாம்... கௌரவம் என்று நாம் நினைக்கும் ஒன்றாக இருக்கலாம்... சில நேரம் சில உறவுகளாய் இருக்கலாம். விடமுடியாதவை என்று இருப்பதைச் சற்றே விட்டுப் பார்க்கலாம்! விடுதலையாக உணர்ந்தால் நல்லது! "இல்லை... விட்டது சரியில்லை!" என்று தோன்றினால்... மீண்டும் போய்த் தொங்கிக் கொள்ளலாம்!

ஆனால்... விட முடியாதது என்று எதுவும் இல்லை!

❖

19. ருசியின் இருப்பிடம்

சிறு வயதில் வாழ்ந்த இடம்...பின்பு பிரிந்த இடம் தேடிச் சென்று இருக்கிறீர்களா?

அந்த ஊரின் அருகில் செல்லும்போதே கண் விரியப் பார்ப்போம்! நன்கு மூச்சை இழுத்து அந்த ஊரின் வாசம் வருகிறதா எனப் பார்ப்போம்!

சாலை மாறி இருக்கும். வாகனங்கள் நெருக்கி அடித்துப் போகும். தெரிந்த மனித முகம் எதுவும் இருக்காது. சாலையோர மரங்கள் கூட மறைந்துவிட்டு இருக்கும். எதை நோக்கிய பயணம் என்பதே திட்டவட்டமாகத் தெரியாது.

ஆனாலும் போவதற்கு முன் எல்லோரிடமும் சொல்லிக் கொண்டு இருப்போம்...

"எங்க சொந்த ஊருக்குப் போகப் போறேன்..!"

போய் வந்த பின்பு.... "சொந்த ஊருக்குப் போய் வந்தேன்! எவ்வளவு நல்லா இருந்தது தெரியுமா...?"

ஆம்.... அது பொய்யில்லை! நிஜமாகவே நிம்மதியாகத்தான் இருக்கும்! அது மனதில் பதிந்துபோன ஊரின் ருசி! மனம் அறியும் ருசி!

சிறு வயதில் உண்ட உணவு போல் இல்லை என்று சொல்பவர் எத்தனை பேர்?

("எங்க அம்மா சமைக்கிற மாதிரி இது இல்ல!")

உண்மையில் அதைவிட அருமையாகச் சமைத்தாலும் அதை ருசி என்று மனம் ஒப்புக்கொள்வதில்லை! மனம் தேடும் ருசியை ஒரு போதும் பிறரால் சமைத்துவிட முடியாது!

உறவோ நட்போ... சிலரிடம்தான் ஒட்டிக்கொள்ள முடிகிறது. எந்தவொரு தயக்கமும் இல்லாமல் பழகச் சிலரிடம் மட்டுமே முடிகிறது.

நமக்குப் பிடித்தவர்கள் செய்யும் அதே செயல்களைச் செய்வதன் மூலம் வேறு யாராவது வந்து நம் மனதில் இடம் பிடிக்க முடியுமா? முடியாது என்பதே பதில்!

அப்படி என்றால் நாம் எதைத் தேடிக்கொண்டு இருக்கிறோம்?

மீண்டும் அடைய முடியாத ஒன்றையா...?

இதற்குப் பதில் பெரும்பாலும் "ஆமாம்!"

இந்தப் "பழசின் ருசி" என்பது நம் கண்ணை மறைத்துவிடுகிறது. இப்போது நம் முன்னே இருக்கும் பொருள்களின், மனிதர்களின் மதிப்புத் தெரியாமல் போய்விடுகிறது.

அதுவும் திரும்பக் கிடைக்காத இறந்த காலத்திற்கு மதிப்பு அதிகம் கொடுப்போம்.

திரும்பக் கிடைக்காது என்று தெரிந்தும் அதைப் பற்றிப் புலம்புவோம்!

இந்த அமர்க்களத்தில் எதிரே இருப்பதைக் கவனிக்கவும் கொண்டாடவும் மறந்துபோய்விடுவோம்.

நிகழ் காலத்தைக் கொண்டாடக் கற்றுக்கொண்டால்... நம் பிரச்னைகளில் பாதி தீர்ந்துவிடும்!

நிகழ் காலத்தைக் கடந்த காலத்துடன் ஒப்பிடாமல் இருந்தால்... மீதிப் பிரச்னைகளும் காணாமல் போய்விடும்!

மனதிடம் சொல்லி வையுங்கள்..." ஒரே ருசியைப் பிடித்துக் கொண்டு உட்கார்ந்துவிடாதே!" என்று.

ருசி என்பது உண்ணும் உணவிலோ போகும் இடத்திலோ பழகும் மனிதர்களிடமோ இல்லை...! நம் மனதில்தான் இருக்கிறது!

இது தெளிவாகிவிட்டால்.... நமக்குக் கவலைப் படக் குறைகளே இருக்காது.

நம் மனம் நம் சொல்படி கேட்குமா என்கிறீர்களா...?

நம் பேச்சை நாமே கேட்காவிட்டால்.... வேறு யார் கேட்பார்கள் ...?

ருசியின் இருப்பிடம் மனம்தான் என்று தெரிந்தபின்....மனதைப் பழக்குங்கள். வாழ்க்கை தானாய்ப் பழகிவிடும்.

❖

20. மிச்சம் மீதி

நடுத்தர வயதுப் பெண்களுக்குத் தெரியும் பிறந்த ஊர் என்ற வார்த்தையின் வசீகரம்! அங்கு போய்வர வாய்ப்புகளைத் தேடி சதா ஒற்றைக் காலில் நிற்கும் கொக்கு போல் மனம் காத்திருக்கும்.

நான் அடிக்கடி என்னையே கேட்டுக்கொள்வதுண்டு. "அங்க இப்போ என்ன இருக்கு?"

பெற்றோர் இல்லை. வளர்ந்த வீடு இல்லை. போயே ஆகவேண்டும் என்ற கட்டாயம் ஏதுமில்லை. ஆனால் எப்போதும் என்னை வரவேற்கும் உறவும் நட்புகளும் உண்டுதான்.

இந்த முறையும் கிளம்பிய நேரம் முதல் ஒரு சந்தோஷம் வந்து ஒட்டிக்கொண்டது. ஊரை நெருங்கும்போதே தொலைவில் தெரிந்த ராஜகிரியும் கிருஷ்ணகிரியும் சில்லென்ற உணர்வைத் தந்தன!

("செஞ்சிக் கோட்டை ஒரு காஞ்சிப் போன ஊரு! அதுக்கு என்ன இவ்ளோ உருகல்?" என்று கேட்பவர்கள் "பிறந்த ஊர்ப் பெருமை" பற்றி அறியாதவர்கள்! அவர்களை மன்னித்துவிடலாம்!)

ஊரில் போய் இறங்குகிறேன். வாசலில் காத்திருந்த தோழி ஜெயமணியை நோக்கி இரண்டு அடி எடுத்து வைத்தேன். அதற்குள் ஒரு கார் வந்து நிற்கிறது. உள்ளிருந்து "எப்படி இருக்கீங்க?" நான் யாரென்று புரியாமல் விழிக்கிறேன். தோழி அருகில் வந்து யாரெனச் சொல்கிறாள். என் பள்ளி மாணவன்! அதன் பிறகு விசாரித்துப் பேசிக் கொண்டிருக்கிறேன். அடுத்த நிமிடம் கடந்து போன வாகனத்தில் இருந்து "நிபு!" என்ற குரல் கேட்கிறது! இறங்கி வந்தவள் என் வகுப்புத் தோழி! யாரிடம் திரும்பிப் பேசுவது என்று திகைத்துப் போய்ப் பிறகு இருவரிடமும் பேசி விடை கொடுத்து அனுப்பினேன். பரவாயில்லை! எல்லோருக்கும் என்னை அடையாளம் தெரிகிறது!

திருமணமாகி ஊரை விட்டு வந்து முப்பத்தைந்து ஆண்டுகள் ஆகின்றன. என் வீட்டுத் தோட்டம் இருந்த இடம் கட்டாந்தரையாய்க் கிடக்கிறது. ஆனாலும் காரை மெதுவாய் ஓட்டச் சொல்லிப் பார்த்து விட்டே அதைக் கடந்து வருகிறேன். அடுத்த முறையும் பார்ப்பேன்.

இப்போது இருப்பது நான் வளர்ந்த வீடு இல்லை. அதன் மிச்சம் மீதிதான். ஆனால் பார்க்கும் நேரம் அந்தக் கட்டாந்தரை மேல் நொடியில் பூக்கள் மலருகின்றன! தேரை அலங்கரித்தது போன்று பூத்து நிற்கும் செம்பருத்திச் செடியும் படர்ந்து பரவி நிற்கும் டிசம்பர்ப் பூச்செடிகளும் தோழி நினைவுகூர்ந்து வியந்து பேசிய மத்தியான மல்லிப் பூக்களும் மனதில் பூத்து நிறைகின்றன. ஊருக்குப் போவது அந்த நேரத்தின் அந்த உணர்வுக்காகத்தான். கடந்து வந்ததும் எத்தனை பேர் அருகிருந்தாலும் ஒரு தனிமை சூழ்ந்துகொள்ளும்.

யாருமற்ற ஊரே இப்படி இழுக்குமெனில்... பெற்றவர்கள், உடன் பிறந்தவர்கள், பிறந்து வளர்ந்த வீடு வாய்க்கப் பெற்றவர்களை அந்தப் பிறந்த ஊர் எப்படி விசையுடன் இழுக்கும்?

நான் சொல்லிக்கொள்ள ஒன்று உண்டு. பெண்கள் (சண்டைக்கு வர வேண்டாம்! ஆண்களும்...) முடிந்தவரை நீங்கள் பிறந்த, வளர்ந்த ஊருக்குப் போய் வாருங்கள். நாம் தொடர்பில் இப்போது இல்லாத, ஒரு காலத்தில் நாம் அறிந்த மக்களைப் பார்ப்பது உற்சாகம் தரும். நம் அன்றாட வாழ்வு மென்று துப்பிச் சக்கையாய் ஆக்கிவிட்ட நம் இளம் பருவ நினைவுகள், மீண்டும் மெல்லக் கரும்பாகி இனிக்கும். ஆம்... மண்ணுக்கும் மனதுக்கும் நெருங்கிய தொடர்பு எக்காலத்திலும் உண்டு!

யாரெல்லாம் கிளம்புகிறீர்கள்?

21. அரைக் கோப்பை காபி

நான் ஏழாம் வகுப்பில் இருந்தேன். வீட்டில் காபிக்கொட்டை வாங்கி வறுத்து அரைப்பார்கள். ஆனால் எனக்குக் காபி கொடுக்க மாட்டார்கள். ஓவல் டின், ஹார்லிக்ஸ், வெறும் பால் இவைதான் தருவார்கள். அந்தச் சமயத்தில் ஒரு விருந்தினர் ஒரு பெரிய கண்ணாடி பாட்டிலுடன் வந்தார்! Bru coffee!

Bru coffee ஒரு அரைக் கோப்பை எனக்குக் கொடுத்தார்கள். எனக்குப் பிடித்துப்போய்விட்டது! அதிலிருந்து எனக்காக மட்டும் வீட்டில் bru வாங்குவார்கள்.

கல்லூரி விடுதிக்குப் போனேன். அங்கு bru கிடைக்குமா? அதனால் நான் மூன்று வருடங்கள் காபியே குடிக்கவில்லை!

"மணந்தால் மகா தேவி! குடித்தால் bru coffee!" என்று வசனம் பேசிக்கொண்டு திரிந்தேன்!

திருமணம் ஆனது. சீர் வரிசைப் பாத்திரங்கள் நடுவில் ஒரு Bru coffee பாட்டிலையும் என் அம்மா வைத்து அனுப்பினார். கல்யாணப் பெண்ணைப் பார்க்க வந்த பெண்களுக்கு Bru நல்ல அவலாகி விட்டது!

"அதென்ன? ஏழெட்டுப் பேர் இருக்கற வீட்டில் அவ மட்டும் தனியா காபி போட்டுக் குடிக்கறது? Filter coffee குடிக்க மாட்டாளா? அது என்ன விஷமா?"

யார் சொன்னாலும் நான் Bru coffee குடிப்பதை நிறுத்த மாட்டேன் என்று சொல்லிவிட்டேன். எனக்கு வேறு எதுவும் பிடிக்காது. அவ்வளவுதான். மற்றவர்கள் குடிக்கும் காபி தரம் குறைந்தது என்றெல்லாம் அர்த்தம் இல்லை. அவர்களுக்குப் பிடித்ததை

அவர்கள் குடிக்கட்டும். எனக்குப் பிடித்ததை நான் குடிக்கிறேன். இதில் யாருக்கு என்ன பிரச்னை?

"ஒரு பொண்ணு மாமியார் வீட்டுக்குப் போனா அவங்க சாப்பாட்டுக்குப் பழகிக்கணும்! அதான் நல்ல மருமகளுக்கு அழகு! அம்மா வீட்டுப்பழக்க வழக்கம் எல்லாம் மாத்திக்கணும்!"

ஒரு பெரிய "ஏன்?"

"அப்போதான் விட்டுக்கொடுக்கிற பழக்கம் வரும்!"

நான் காபியை விடுவதால் யாருக்கு என்ன லாபம்? காலையில் எழுந்ததுமே பிடிக்காத ஒன்றைக் குடித்து எரிச்சலுடன் என் நாளைக் கழிக்க வேண்டுமா? அந்த எரிச்சலைப் பிறர் மீது காட்டினால் என்ன ஆகும்?

நான் இன்றுவரை என் மூன்று பழக்கங்களை மாற்றிக்கொள்ளவே இல்லை. காலையில் செய்திகள் கேட்பது, புத்தகங்கள் படிப்பது, பிறகு Bru coffee!

இப்போதைய புதுமணப் பெண்களுக்கு இதைக் கேட்டால் சிரிப்பாய் இருக்கும். நம்பக்கூட முடியாது! ஆனால் 1988 இல் மணமான பெண்களைக் கேட்டுப் பாருங்கள்! எது எதற்கெல்லாம் போராட வேண்டி இருந்தது என்று!

என் பிள்ளைகள் சொல்வார்கள்... "அம்மா! Bruவைவிட நல்ல காபி நிறைய இருக்கு. குடிச்சுப் பாரு."

இருக்கலாம்! எனக்கு வேண்டாம்!

அது என்ன வெறும் காபியா? நான் பிறந்து வளர்ந்த வீட்டின் நினைவும், அப்பா அம்மாவின் நினைவும், அந்தப் பதின்பருவத்தின் ஒரு துளியும் இன்றளவும் இருக்கின்றன... அந்த என் அரைக் கோப்பை Bru coffee இல்! இல்லையா?

❖

து. நிபுணமதி | 55

22. புனிதம் வேண்டாம்!

திருமணம் என்பதைப் புனிதமானது என்று எத்தனை பேர் சொல்வீர்கள்? அதற்குப் பொருள் என்ன?

திருமணம் என்பதைவிட மேலான ஒரு வாழ்க்கை முறை இதுவரை இல்லை. எனவே அது நீடிக்கிறது. கணவன் மனைவி இருவரும் மனம் ஒப்பிக் காதலாய்க் கசிந்துருகி வாழ்வது எல்லாம் எங்கோ சில பேருக்கு அமைகிறது. பெரும்பாலும் இது ஒரு ஒப்பந்தம்தான்.

"நம் பிள்ளைகளுக்குப் பெற்றோராக இருப்போம்... வளர்ப்போம்! வேறென்ன இருக்கு நமக்கு?"

பிள்ளைகளின் பொருட்டு ஒருவர் மற்றவரின் குறைகளைச் சகித்துக்கொண்டுதான் பலருக்கும் வாழ்க்கை நகர்கிறது.

எப்பேர்ப்பட்ட அயோக்கியனாய் இருந்தாலும் பெண்ணின் கழுத்தில் தாலி கட்டிவிட்டால் போதும்... அவள் அவனுக்கு அடங்கிப் போய்த் தாலியைக் கண்ணில் ஒற்றிக்கொள்வாள் என்று சொன்ன திரைப்படங்கள்கூட மங்கி மறைந்துபோய்விட்டன. அதைப் பார்த்து சிலிர்த்த தலைமுறைகூட இப்போது இல்லை.

"கணவனே கண் கண்ட தெய்வம்" என்று எண்ணிய காலம் நமது பாட்டியோடு முடிந்துபோய்விட்டது. ஆனாலும் சென்ற தலைமுறைப் பெண்கள் திருமணம் என்ற அமைப்பிலிருந்து விலகத் தயங்கினார்கள். அதற்குக் காரணம் புனிதம் எல்லாம் இல்லை. அவர்கள் கையில் சம்பாத்தியம் இல்லை. ஆணைச் சார்ந்து இருக்கும்போது வேறு வழியில்லை... எனவே "புனிதம்" என்ற அதே ஆயுதத்தைக் கையிலெடுத்துத் தங்களைக் காப்பாற்றிக் கொண்டார்கள்.

இப்போது நடுவயதுப் பெண்கள்கூடத் தங்கள் தேவை என்ன என்பதைப் பெரும்பாலும் உணர்ந்தே இருக்கிறார்கள். அவர்கள் "தாய் ஒரு தெய்வம்!" என்பதை எல்லாம் நம்பத் தயாராய் இல்லை.

இப்போதும் திருமண உறவு நீடிக்கவேண்டும் என்று விரும்பினால் அதில் மாற்றங்களைக் கொண்டு வர நாம் தயாராய் இருக்க வேண்டும்.

ஆண் பெண் இருவருக்கும் எல்லாவற்றிலும் சம பங்கு இருக்கவேண்டும். இருவரும் "எனக்குத் தெரியாது" என்று எந்த விஷயத்திலும் ஒதுங்கிவிடக் கூடாது. குழந்தை வளர்ப்பு, வீட்டு வேலை, எதிர்காலத் திட்டம் எல்லாவற்றிலும் தங்கள் உழைப்பைத் தர வேண்டும்.

கடைசி வரை ஒருவரை ஒருவர் கைவிடாமல் வாழும் உறுதி வேண்டும். இப்படிச் செய்யாமல் "ஆண் அப்படி இப்படித்தான் இருப்பான்! பெண் அவனைத் திருத்தி திருமணத்தின் புனிதம் காக்க வேண்டும்!" என்றால்... இக்காலப் பெண் சிரித்துவிட்டுப் போய் விடுவாள்! "வேற வேலை இல்ல? கல்யாணமே வேண்டாம் போ!" என்பாள்.

"தாய் ஒரு தெய்வம்! "என்று சொல்லி மொத்தப் பொறுப்பையும் அவள் தலையில் ஏற்றினால்... குழந்தையே வேண்டாம் என்று சொல்லிவிடும் அபாயம் உண்டு.

பெண்ணுக்கும் எதிர்பார்ப்புகள் உண்டு. தன்னை ஒரு மனுஷியாய்ப் பிறர் நடத்த வேண்டும் என்ற ஆசை உண்டு. அப்படி நடத்தினாலே போதும்.

காலங்காலமாய்ச் சொல்லி வரும் "புனிதமான உறவு" என்ற வார்த்தையை விட்டுவிடுவோம். "புனிதம்... தெய்வம்" என்ற சொற்களும் வேண்டாம்! அதை வைத்துப் பெண்ணைச் சுரண்டவும் வேண்டாம்! "மனிதம்" போதும். முக்கியமாய் நடு வயதுப் பெண்களுக்கு!

திருமணம் குறித்த நம் பார்வையை நாம் மாற்றிக்கொள்ள வேண்டிய ஒரு காலத்தில் இருக்கிறோம். இல்லையா?

❖

23. பாதை வகுக்கும் முன்னே...

திருமணம் செய்துகொள்ளாமல் சேர்ந்து வாழும் ஒரு வாழ்க்கை முறை இப்போது பரவலாகக் காணப்படுகிறது. அது சரி என்றோ தவறு என்றோ வாதாடும் பதிவல்ல இது. ஒரு புரிதலுக்காக இதை எழுத நேர்ந்தது... (என்னுடைய புரிதலுக்கு!)

திருமணம் என்ற பந்தத்தில் சிக்கிக்கொள்ளாமல், நினைத்தபோது இருவரும் சுலபமாகப் பிரிவதற்கு ஏற்ற ஓர் உறவு. அப்படித்தானே? யாரும் அடுத்தவரை உரிமை கொண்டாட முடியாது... அடுத்தவரின் பணத்தையும். அல்லவா?

ஆனால் அவ்வப்போது செய்திகளில் பெண்கள் ஏன் ஆணைக் குற்றம் சாட்டுகிறார்கள்? இந்த உறவில் நுழைவதற்கு முன்பு இந்தப் பெண்களுக்கு இந்த உறவின் தன்மை புரியவில்லையா? இந்த உறவு நீடித்து இருக்கவேண்டும் என்றால் அவர்கள் முதலிலேயே திருமணம் என்ற ஒப்பந்தத்தில் நுழைந்திருக்கவேண்டும் அல்லவா?

இந்தக் கேள்வியை நான் பெண்களை நோக்கிக் கேட்கக் காரணம் உண்டு. பிரிந்த ஆண்கள் யாரும் காவல் நிலையம் போய்ப் புகார் கொடுப்பதில்லை.

புகார் கொடுப்பது பெண்களே. இருவரும் மனம் ஒப்பி ஓர் உறவில் வாழ்ந்துவிட்டு மனக் கசப்பு வந்ததும் அடுத்தவரைப் பழி வாங்க நினைப்பது சரியில்லையே. அதிலும் ஒரு குற்றச் சாட்டைப் படிக்கும்போது எனக்கு ஆச்சரியமாக இருந்தது!

"என்னை அனுபவித்துவிட்டு ஏமாற்றிவிட்டான்." இது ஒன்றும் வன்புணர்வு வழக்கு இல்லையே? இருவரும் சேர்ந்து மகிழ்ந்து வாழ்ந்த காலம் சட்டென்று எப்படிக் காவல் நிலையம் போனதும் மாறிவிடுகிறது?

ஒரு வீட்டை அனுபவிக்கலாம்... ஒரு சொத்தை அனுபவிக்கலாம். இது போன்ற ஜடப் பொருட்களைத்தானே அனுபவிக்க முடியும்? காலங்காலமாய்ப் பெண்ணுக்கும் உணர்வுகள் உண்டு என்று போராடி விட்டு, படித்து, தன் காலில் நின்று, திருமணம் வேண்டாம் என்று முடிவு செய்து, ஓர் ஆணுடன் வாழ முடிவெடுத்து வாழ்ந்து, மனம் கசந்துபோன பிறகு "அவன் என்னை அனுபவித்தான்" என்று சொல்வது அபத்தம் என்று தோன்றவில்லையா? தானே தன்னை ஒரு ஜடப் பொருளாக்கிக்கொள்வது இழிவு அல்லவா?

ஆண் பெண் யாராய் இருந்தாலும் தான் எடுத்த முடிவின் விளைவுகளுக்குத் தானே பொறுப்பு ஏற்க வேண்டும். பெண்ணுக்குச் சலுகைகள் உண்டு என்றால் அவை உண்மையாகவே பாதிக்கப் பட்ட பெண்களுக்கு உதவட்டும்.

நம் வீட்டிலுள்ள இளம் தலைமுறைக்குச் சொல்லிக் கொடுக்க வேண்டிய கடமை நம்முடையது. எது ஒன்றையும் தேர்ந்தெடுக்கும் உரிமை நிச்சயம் அவர்களுக்கு உண்டு. ஆனால் தான் போகும் பாதை தன்னை எங்கே கொண்டு நிறுத்தும் என்பதைத் தெளிவாக அறிந்த பிறகு அந்தப் பாதையில் இறங்கவேண்டும்.

பாதை வகுக்கும் முன்னே விளைவுகளைத் தெரிந்து புரிந்து பிறகு நடப்பதே விவேகம்.

இதைத் தவிர அவர்களிடம் சொல்ல வேறு என்ன இருக்கிறது நம்மிடம்...?

24. முடக்கிப் போடுதல்

எனக்குத் தெரிந்த ஓர் இளம் பெண் இருக்கிறார். தன் படிப்பால் முன்னேறி இன்று தன் குடும்பத்தை ஒரு நல்ல நிலையில் வைத்திருக்கும் பொறுப்பான பெண். நல்ல பதவி... நல்ல சம்பளம்.

வரன் பார்க்கத் தொடங்கினர். பெண்ணின் சம்பளத்தைவிடக் குறைவாக வாங்கும் ஆண்கள் முதல் சுற்றில் தானாக வெளியேறி விட்டனர். பெண் தனக்கு அதில் எந்தப் பிரச்னையும் இல்லை என்று சொல்லிவிட்டதால் ஒரு பிள்ளை கிடைத்தார்.

அப்பாடா! வரன் வேட்டை முடிந்துவிட்டது என்று பெருமூச்சு விட்டபின் நாள் குறித்தார்கள்.

பையன் தரப்பில் மெல்லத் தொடங்கினார்கள்.

உரையாடல் இப்படிப் போயிற்று...

பையன்: உனக்கு வேலை *work from home* தானே?

பெண்: *office* பெங்களூர்ல இருக்கு. அடுத்த வாரம் வரச் சொல்லி இருக்காங்க. ஒரு வாரம் போயிட்டு வரணும்.

என்னது! பெங்களூருவா? அதெல்லாம் வேணாம். அங்க கல்சரே கிடையாது. அந்த வேலையே வேணாம்.

பார்க்கலாம்... இந்த வேலை வேணாம்னு சொன்னா அடுத்த வேலை தேடணும்.. கல்யாணம் ஆனபிறகு விட்டுடறேன்..

அடுத்த வேலை எப்போ கிடைக்கும்?

ரெண்டு மூணு மாசம் ஆகும்.

அதுவரை உன் செலவுக்கு என்ன பண்ணுவ? உனக்குத் தேவை இருக்கும் இல்ல?

இதைக் கேட்டதும் எனக்குக் கோபம் ஒருபுறம்... கவலை மறுபுறம் வந்தது.

திருமணத்திற்குப் பெண் தேடும் பையன்கள் என்னதான் நினைத்துக்கொண்டு இருக்கிறார்கள்?

பெண் வேலைக்குப் போக வேண்டும். சம்பாதித்துக் கொடுக்க வேண்டும்.

வீட்டிலும் வேலை செய்யவேண்டும்.

ஆனால்.... எப்போதும் பதவியிலோ வாங்கும் சம்பளத்திலோ தன்னைத் தாண்டிப் போய்விடக் கூடாது.

தன் மதிப்புப் போய் விடும் என்று ஓர் எண்ணம். அதைவிட கல்யாணம் ஆகாவிட்டால் கூடப் பரவாயில்லை என்றே பெரும்பாலானவர்கள் நினைக்கிறார்கள்.

இன்னும் சிலர் பெண் சம்பாதித்தால் போதும். தான் எதற்குக் கஷ்டப்பட்டுச் சம்பாதிக்க வேண்டும் என்று நினைத்துவிடுகிறார்கள்.

இந்த நிலையில் பெண்ணுக்கு வேலை என்பது ஒரு சுமையாகி விடுகிறது. இரசித்துச் செய்ய முடியாமல் வேறு வழி இன்றிச் செய்யும் ஒரு செயல் ஆகிவிடுகிறது.

நான் முன் நின்று பேசிய ஒரு மண விஷயத்தில் ஒரு பையன் என்னிடம் சொன்னான்...

“வெளிநாடு போற பொண்ணு வேணாம் ஆண்ட்டி! அவ்வளவு படிக்கிற பொண்ணு வேணாம். வேலைக்குப் போகணும்... ஆனா இதே ஊர்ல இருக்கணும். வேலையில் ரொம்ப உயரம் போக ஆசைப்படக் கூடாது. அப்புறம் வீட்டை யாரு பார்க்கறது?”

“மவனே..! உனக்குக் கல்யாணம் ஒரு கேடு..! உனக்கு இந்த ஜென்மத்துல ஆன மாதிரிதான்... போ!” என்று மனதுக்குள் வாழ்த்தி விட்டு வந்துவிட்டேன். வேறு என்ன செய்வது?

சென்ற தலைமுறைப் பெண் ஒருவர் தன் வாழ்வு பற்றிப் பேசும்போது சொன்னார்...

"வேலை இல்லாத தன் தம்பி வாழ்க்கை நல்லா இருக்கணும்னு நினைச்சு எங்கம்மா என்னைக் கட்டி வச்சாங்க. நான் உழைச்சு என் பசங்களை ஆளாக்கினேன். ஆனா... எவ்வளவு கஷ்டப்பட்டு இருப்பேன்?"

தான் வேலைக்குப் போனதைக்கூட ஒரு பெருமையாய் எண்ண முடியாத அளவுக்கு அவர் மேல் பாரம் சுமத்தப்பட்டதை என்னால் புரிந்துகொள்ள முடிந்தது.

பெண் இன்று சம்பாதிக்கிறாள்.... தன் இஷ்டப்படி வாழ்கிறாள்... என்று சிலர் விடாமல் பேசுகிறார்கள். ஆனால் அது மிகச் சிறிய சதவிகிதம்.

உங்களைச் சுற்றிப் பாருங்கள். பெண் தனக்கான ஒரு பிம்பம் தாண்டி வெளியே வருவதை இங்கு மற்ற பெண்களும், ஆண்களும் அனுமதிக்கிறார்களா?

மாற்றம் நம் ஒவ்வொருவர் மனதில் இருந்தும் வர வேண்டும்.

முதலில் சொன்ன பெண்ணிடம் என் அபிப்பிராயம் சொன்னேன்...

"உனக்கு முடிஞ்ச வரை இன்னும் படி. பிடிச்ச வேலையைச் செய். வெளிநாடு போகணுமா... பயப்படாமல் போய் வா! திறமை என்பது எல்லாருக்கும் கிடைத்துவிடாது. உனக்குக் கிடைச்சிருக்கு.

எல்லார் பேச்சுக்கும் பயந்து ஒரு கல்யாணத்துக்காக உன் கனவை விட்டுவிடாதே!

மேல போ! அந்தப் பையன் வேண்டாம்..!"

ஒரு பெண்ணின் வாழ்வில் திருமணம் முக்கியம் என்று சொல்லி வளர்க்கப்பட்ட தலைமுறை நான்!

இன்று இந்த மாப்பிள்ளைகள் பேசும் பேச்சுகளைக் கேட்டால்...

ஒரு பெண்ணை முடக்கிப் போடும் திருமணம் வேண்டாம் என்றே பல நேரம் எனக்குத் தோன்றிவிடுகிறது...!

❖

25. பெண் பார்த்தல்

ஐம்பது ஆண்டுகளுக்கு முன்பு எந்த அடிப்படையில் பெண் பார்த்தார்கள் என்று ஆவலாய் என் அம்மாவிடம் விசாரித்து இருக்கிறேன். அப்போது பெண்களின் எண்ணிக்கை அதிகம். எனவே முடிவு செய்வது ஆண்கள் பக்கமே இருந்தது. ஆண் வீட்டின் தேவைகளுக்கு ஏற்ப பெண்களைத் தேர்ந்து எடுத்தார்கள். அம்மா சொன்னார்,

"பொண்ணுக்குக் கல்யாணம்னு ஒண்ணு ஆனாப்போதும்னு இருக்காங்க. பிள்ளை வீட்டைத் தன்பக்கம் இழுக்க பொண்ணுக்கு அதிகமா நகை போட ஆரம்பிச்சாங்க. எங்க காலத்துல எல்லாம் காது மூக்கை மூடி அனுப்பினா போதும்.

(1950_60 காலகட்டம். அதாவது பெண் வீட்டார் கம்மல் மூக்குத்தி போட்டால் போதும்.) அப்புறம் எல்லாம் மாறிப்போச்சு. இப்போ பாரு... எந்தப் பொண்ணுக்கு நகை அதிகம் போடுவாங்கன்னு விசாரிச்ச அப்புறந்தான் பொண்ணு பாக்கவே வராங்க!" (1985)

மெல்ல மெல்ல நிலைமை மாறத் தொடங்கியது. படித்து வேலைக்குப் போகும் பெண் எனில் நகை, ரொக்கம் என்று கேட்கத் தயங்கினார்கள். பெண் வீட்டாரும் பிள்ளை வீடுகளை மதித்துப் பின்னால் சுற்றுவதைக் குறைத்துக்கொண்டார்கள்.

பெண் கல்வி முக்கியத்துவம் பெற்றது. ஆனாலும் திருமணப் பொருத்தம் பார்க்கும்போது பெண்ணைவிட ஆண் அதிகம் படித்திருக்க வேண்டும் என்ற நிலைமை தொண்ணூறுகளிலும் நீடித்தது. பின்பு அரசல் புரசலாக அங்கொன்றும் இங்கொன்றுமாய் நிறைய காதில் விழுந்தது. மக்கள் ஆச்சரியத்துடன் கொஞ்சம் ஒவ்வாமையுடன் அந்த நிலைமையை எதிர்கொண்டார்கள்.

து. நிபுணமதி

இப்போது அந்த நிலைமை நேருக்கு நேராகக் கண் முன்னால் நிற்கிறது. பெண்களின் எண்ணிக்கை குறைந்துவிட்டது. அவர்கள் படித்து வேலையில் இருக்கிறார்கள். பெற்றோர் பேச்சைக் கேட்டு அறியாத வயதில் மணம் முடிப்பதில்லை.

இன்று பெண்கள் தீர்மானிக்கிறார்கள்! தனக்கு எது தேவை என்பதில் உறுதியாய் நிற்கிறார்கள்.

இப்போது ஒரு கேள்வி எழுகிறது. பெண்களுக்குச் சரியாய் முடிவெடுக்கத் தெரியுமா?

இந்தக் கேள்வியை இதற்கு முன்பு ஏன் ஆண்களைப் பார்த்து யாரும் கேட்கவில்லை?

ஏனென்றால் அப்போதும் பெரும்பாலும் பெண்களே ஒரு திருமணத்தை முடிவு செய்தார்கள்! ஆமாம்! மாப்பிள்ளையின் தாயார்! அப்போது ஆண்கள் தலையாட்டிப் பொம்மைகள்தான்.

இப்போது கல்யாணப்பெண் தீர்மானிப்பது எல்லோருக்கும் உறுத்துகிறது என்று நினைக்கிறேன்.

திருமணத்தைப் பொறுத்தவரை மிகச் சரியான தேர்வு என்று எதுவும் கிடையாது என்பதே உண்மை. வாழ்க்கையைத் தனியாய் வாழ அஞ்சியே இங்கு திருமண பந்தத்தில் நுழைகிறோம். பிறகு குழந்தைகளை இறுகப் பற்றிக்கொள்வதால் துணையை அனுசரித்துப் போகிறோம். இதுவரை குடும்பம் என்பதைத் தவிர வேறு சிறந்த ஏற்பாடு எதுவுமில்லை... குற்றங்குறைகள் இருந்தாலும்.

பெண் பையன் யாராயிருந்தாலும் தன் சொந்தக் காலில் நிற்கத் தெரியவேண்டும். அது ஒரு அடிப்படைத் தகுதி. பெற்றோர் சேர்த்து வைத்த சொத்து என்பது ஒரு கூடுதல் வரவு. அவ்வளவே.

இப்போது பெண்கள் தன்னைவிடக் குறைவாகப் பிள்ளை படித்திருந்தாலும் சரி என்கிறார்கள். தன்னை விடக் குறைவாய்ச் சம்பாதித்தாலும் பரவாயில்லை என்கிறார்கள். மெல்ல மெல்ல இவர்களின் எண்ணிக்கை அதிகரித்து வருகிறது.

ஆனாலும் இப்போதும் "ஒரு பெண் எப்படிப் பையன் சுயமாய்ச் சம்பாதிக்கவேண்டும் என்று கேட்கலாம்?" என்று கேட்டு பொங்குவோரைக் காணச் சிரிப்பு வருகிறது!

ஆண்கள் நடத்திய "பெண் பார்த்தல்" ஒரு முடிவுக்கு வந்து விட்டதை உணர்கிறேன். இனி "பையன் பார்த்தல்" நடக்கும். இப்போதே நடந்துகொண்டிருக்கிறது.

இருபாலரும் தங்கள் தேவைக்கு ஏற்பப் பார்த்துப் பழகி தாங்களே முடிவு செய்து, செய்யப் போகும் திருமணங்களே வருங்காலத்தில் நிலைத்து நிற்கும் என்று கணிக்கிறேன்! (இன்றைய இளைஞர்களிடம் பேசிப் பழகுவதை வைத்து.)

நமக்குப் பிடித்தாலும் பிடிக்காவிட்டாலும், மாறி வரும் காலத்தின் முன்னே நாமனைவரும் மௌன சாட்சிகள் மட்டுமே!

26. கையூட்டுப் பெறுபவரா கடவுள்?

அன்றாட வாழ்வின் அழுத்தங்களில் நட்புகளைக் கைவிட்ட நண்பன் ஒருவன் இன்று பேசினான். மகளுக்கு மாப்பிள்ளை தேடிக் கொண்டிருக்கிறான்.

"என்னம்மா இது! பிள்ளை வீட்டுல, முதல்ல பொண்ணும் புள்ளையும் பாக்கட்டும்... அவங்களுக்குப் புடிச்சா நாம பேசலாம்னு சொல்றாங்க! நாம மொதல்ல ஜாதகம் பார்த்து... பெரியவங்க பேசி முடிச்சாதான பொண்ணைக் காட்ட முடியும்?"

நான் இலேசான அதிர்ச்சியுடன் "நீ எந்தக் காலத்துல இருக்க? நீ சொல்ற கல்யாணம் முப்பது வருஷம் முந்தியது ஆச்சே!"

நண்பன் "வீட்ல அவளைக் கன்வின்ஸ் பண்ணிட்டேன். ரெண்டு வருஷம் தேடி இப்போ ஜாதி பார்க்க வேணாம்னு முடிவு செஞ்சிருக்கோம். அவ கிராமத்துல இருந்து வந்தா பாரு... அவளால இதை எல்லாம் ஏத்துக்க முடியல!"

நான் மிதமான அதிர்ச்சியுடன் 'அவ அப்பவே டபிள் டிகிரியாச்சே! இதுல இருக்கறது இருபது வருஷமா பெங்களூர்! எப்படிரா...!' (இது மனசுக்குள் மட்டும்!)

நண்பன் "நாங்க நிறைய சாமி கும்பிடுவோம். ஒரு நாளைக்கு ஒரு மணி நேரம் பூஜை பண்ணுவோம். இதையும் மீறி பொண்ணுக்கு சரியான வாழ்க்கை அமையலேன்னா...."

நான் மிகுந்த அதிர்ச்சியுடன் அவன் பேச்சைக் குறுக்கிட்டு " என்ன பேசற நீ? புரிஞ்சுதான் பேசறியா? உன் பூஜைக்கும் பொண்ணு வாழ்க்கைக்கும் என்ன சம்பந்தம்? பொண்ணு வாழ்க்கை நல்லா இருக்கணும்னா அதுக்கு செய்ய வேண்டிய வேலைகள் வேற, பூஜை செய்யறது வேற இல்லையா?"

அவனுக்குப் புரியவில்லை.

நிறைய நேரம், நிறைய பூக்களால், நிறைய பிரசாதங்கள் சமைத்து வேண்டிக்கொள்வதே பூஜை அவனுக்கு. உடனே இத்தனை செய்யும் பக்தனின் வேண்டுகோளை நிறைவேற்றுவதே அந்தக் "கடவுளின்" முதல் வேலை! அப்படிச் செய்வதே "கடவுளின்" குணம்! அப்படிச் செய்யாமல் இருந்தால் அவர் கடவுள் இல்லை! இதுதான் பக்தி என்று சொல்லப்படுவதா?

எனக்குப் புரியவில்லை. இந்தப் பூஜைகளைக் கணக்கில் எடுத்துக் கொண்டு கேட்ட வரம் கொடுக்க "கடவுள்" என்ன இலஞ்சம் வாங்கும் அதிகாரியா?

"கடவுள்" என்ற ஒன்றை இதைவிட இழிவாய் யாரால் நினைத்து விட முடியும்?

27. பெருமை ஒரு முறம்...

தோழி ஒருவர் பேசிக்கொண்டிருந்தார். பேச்சின் இடையில் சொன்னார் "அக்கா! என் பொண்ணுக்கு நகை சேர்க்கவே இல்லைன்னு நினைச்சா தூக்கமே வர மாட்டேங்குது... எங்கப்பா எனக்குப் போட்டதைவிட அதிகமா போட்டாத்தானே மரியாதை?" (பாவம்...! அவருக்கு அன்று நேரம் சரியில்லை!)

நான் பதிலுக்கு "என்ன மரியாதை? அதை யாரு கொடுக்கணும்?"

அவர் சற்றுக் குழம்பிப் போய் "நாம நிறைய நகை போட்டாத்தானே சொந்தக்காரங்க மதிப்பாங்க?" என்றார்!

நான் "மதிக்காட்டி என்ன செய்வாங்க?"

"அக்கா! எனக்குப் புரியல! என்னதான் சொல்றீங்க? நகை போடறது தப்பா?"

பிறகு விளக்கிச் சொன்னேன்...

"நகை போடு. உன் பொண்ணுக்குப் பிடிச்ச மாதிரி கொஞ்சம் வாங்கிப் போடு. கனம் கனமா வாங்கி காலத்துக்கும் லாக்கர்ல வைக்காத!

பொண்ணைப் படிக்க வச்ச அப்புறமும் இன்னும் கொடுக்க நினைச்சா வீடு மனை எதாவது அவ பேர்ல வாங்கிக் கொடு. கஷ்டப்பட்டோ... கடன் வாங்கியோ கல்யாணச் செலவு செய்யாத. அதை நினைச்சு முதல்ல பயப்படாத. உன்னால முடிஞ்சது செய். சந்தோஷமா செய். செய்யணும்னு எந்தக் கட்டாயமும் இல்ல. பொண்ணு படிக்கட்டும். வேலைக்குப் போகட்டும். பதறாம இரு. வீண் கௌரவத்துக்காக எதையுமே செய்யாத...!"

இரண்டு நாள் கழித்து என்னை அழைத்துச் சொன்னார்... "தாங்க்ஸ் கா! இப்போதான் நிம்மதியா தூங்கறேன்...! நீங்க சொன்னப்புறம் தான் புரியுது...!"

காலம் முழுவதும் கஷ்டப்பட்டு உழைத்துவிட்டு அந்தக்காசை ஒரு திருமணத்தில் செலவு செய்யும் குடும்பங்கள் எத்தனை? கையில் அதிகப் பணம் இருப்போர் பற்றிக் கவலை இல்லை. ஆனால் ஒருவேளை நல்ல சாப்பாடு சாப்பிட மனம் வராமல், நல்ல உடை வாங்கித் தான் உடுத்திக் கொள்ள மனம் வராமல், காசைச் சேர்த்து வைத்து, ஒரு நாள் கூத்தில் செலவழித்துவிட்டு... மீண்டும் ஒன்றுமில்லாமல் வாழ்வோர் எத்தனை பேர்? அவர்களைப் பார்க்கும்போது மனம் மிகுந்த சங்கடப்படுகிறது.

ஏன் எளிமையாய்த் திருமணம் நடத்த யோசிக்கிறோம்?

காசு நிறைய இருந்தால் மணமக்களின் வாழ்வுக்காக உருப்படியாய் ஒரு வீடு வாங்கித் தரலாமே?

ஏராளமாய் உணவு வகைகள் பரிமாறப் பட்டு அவற்றில் பாதிக்கு மேல் குப்பைக்குப் போவதைப் பார்த்தால் கோபமே வந்து விடுகிறது.

எல்லாவற்றையும் எதற்குச் செய்கிறோம்?

கௌரவம்! பெருமை! யோசித்தால் இவை எல்லாம் வெற்று வார்த்தைகள்! இவற்றால் நமக்கு எந்தப் பயனும் கிடையாது.

அப்படியே பெருமை வேண்டும் என்று நினைத்தால் ஏதாவது ஓர் அரசுப் பள்ளிக்கு வகுப்பறை கட்டிக்கொடுக்கலாம். (மறக்காமல் கொடுப்பவர் பெயரை எழுதி வைப்பார்கள். அதுவும் ஒரு பெருமை தானே?)

எங்கள் ஊர்ப் பக்கம் சொல்வார்கள்... யாராவது பெருமை பேசினால் முழுக்கக் கேட்டுவிட்டு அவர் போனதும் "ஆமா! பெருமை ஒரு முறம்! புடைச்சு எடுத்தா ஒண்ணுமில்ல! எழுந்து போ!"

இந்தக் கல்யாணச் செலவு பற்றிப் பேசிக்கொண்டிருக்கும்போது என் மகன் சொன்னான் "இதுக்குத்தான் சொல்றேன்... என் கல்யாணத்துக்கு நாலு பேர் வந்தா போதும்!"

நான் அவசரமாய்ச் சுற்றிப் பார்த்து எண்ணிவிட்டுச் சொன்னேன்...

"டேய்...! இந்த வீட்டுல உன்னைத் தவிர அஞ்சு பேர் இருக்கோம்டா!"

28. பரம பதம்

ஒரு நிகழ்வு மனதை உறுத்திக்கொண்டே இருக்கிறது. சில வாரங்களுக்கு முன்பு தாயும் மகனும் தனித்தனியாகத் தங்கள் மன பாரத்தை என்னிடம் பகிர்ந்துகொண்டனர். மகனுக்குச் சில மாதங்களுக்கு முன் திருமணம் முடிந்தது. பெற்றோர் பார்த்து வைத்த திருமணம். பெண் வீட்டார் போட்ட எல்லா நிபந்தனைகளுக்கும் ஒப்புக் கொண்டு நடந்த மணம். மணம் முடிந்த மறு நாளில் இருந்தே பிரச்னைகள் ஆரம்பம் ஆகிவிட்டன. பெண்ணுக்கு அதீத கோபம். பெற்றோர் முன்பு "செருப்பால் அடிப்பேன்" என்று கணவனைச் சொல்லப் போக... அதுவரை பொறுமையாய் இருந்தவர்கள் வெடித்துவிட்டார்கள். (பையன் மிகுந்த பொறுமைசாலி. மரியாதை கொடுத்துப் பேசுபவன். மனைவியிடமும் அதே பொறுமையைக் கையாள்கிறான்.)

என்ன சொல்வது...? பெண் வீட்டார் "என் பெண் அப்படித்தான் இருப்பா. இருங்க.. போலீசுக்குப் போறோம்" என்று சொல்ல... பிரச்னை ஓடிக்கொண்டிருக்கிறது. இன்னும் பல விஷயங்களை வெளியில் சொல்லமுடியாமல் பையன் வீட்டார் தவித்துக்கொண்டு இருக்கிறார்கள். எனக்கும் அதை எப்படிப் பொது வெளியில் எழுதுவது என்று தெரியவில்லை.

இன்றைய நிலையில் சட்டம் பெண்களுக்குச் சாதகமாக இருக்கிறது. தவறில்லை. ஆனால் உண்மையாய்க் கஷ்டப்படும் எத்தனை பெண்களுக்கு இது உதவுகிறது? நன்கு படித்த பெண்களே சட்ட நுணுக்கம் தெரிந்து அதைக் கையில் எடுக்கிறார்கள். அதுவும் கணவன் வீட்டாரை மிரட்டப் பயன்படுத்துகிறார்கள். தனியாகவோ குழந்தையுடனோ வரும் பெண்ணை அரவணைக்க அவள் குடும்பம் தயாராய் இருக்கிறது. இதில் பெரும்பாலும் பெண் வீட்டார் பிரிவுக்குத் தூண்டுகிறார்கள் என்பதையும் மறுப்பதற்கு இல்லை.

போன தலைமுறை ஆண்கள் செய்யாத கொடுமையா? என்று கேட்டால் ... அது தவறு என்றுதானே போராடினோம்? படித்துச் சம்பாதித்துச் சொந்தக் காலில் நிற்க வேண்டும் என்று சொன்னோம்?

“திருமணம் வேண்டாம்!” என்று இப்போது பலர் முடிவெடுக்கத் தொடங்கிவிட்டார்கள். அது கவலை தரும் விஷயம்தான். ஏன் எனில் இப்போதைக்குப் பாதுகாப்பான ஏற்பாடு திருமணம் மட்டும் தான். குற்றம் குறைகள் இருந்தாலும்.

பெண்கள் உற்றார் உறவினர் வாயை அடைக்கத் திருமணம் செய்துகொண்டு பிறகு உடனே பிரிந்துவிட முயற்சிப்பது அதிகரித்து வருகிறது. நிறைய ஆண்கள் திருமணம் என்றாலே பயப் படத் தொடங்கிவிட்டார்கள்.

ஆணும் பெண்ணும் சேர்ந்துதான் ஒரு குடும்பத்தை உருவாக்க முடியும். நல்ல குழந்தைகளை உருவாக்கி அளிக்கும் கடமை இருக்கிறது. ஒரு குழுவாகக் கூடி வாழப் பெரும் சகிப்புத் தன்மையும், சுயநலம் தவிர்த்த (கொஞ்சமேனும்) குடும்ப நலனும் அவசியம் தேவை. இன்றைய கல்வியும் சம்பாதிக்கும் திறனும் இரு பாலருக்கும் இதை அளிக்க வேண்டும். ஆனால் உண்மை வேறு விதமாய் இருக்கிறது.

படிப்பு, சொந்தக் காலில் நிற்றல் என்ற பல ஏணிகளில் ஏறி பெண்கள் மேலே வந்தபோது அவ்வளவு சந்தோஷமாய் இருந்தது. ஆனால் திருமண உறவில் அவர்கள் காட்டும் அதிகாரத்தையும் சுயநலத்தையும் பார்க்கும்போது அவர்கள் பாம்பின் வாயில் விழுந்து சறுக்கிக்கொண்டு போகிறார்களே என்று வருத்தமாக இருக்கிறது.

குடும்பமாய்க் கூடி வாழ்ந்து மகிழ படிப்பும் பணமுமே தடையாய் இருக்கிறது என்பது ஓர் அவல நகைச்சுவை!

பின்குறிப்பு: “ஒரு பெண்ணே பெண்களை இப்படிப் பேசலாமா?” என்று யாரும் சண்டைக்கு வர வேண்டாம். ஒரு பெண்ணான எனக்கு நன்கு தெரியும்... சென்ற தலைமுறையில் சுய சம்பாத்தியம் இல்லாத தாய், இப்போது சம்பாதிக்கும் தன் மகளைப் பகடைக் காயாய் வைத்து அவள் வாழ்வோடு விளையாடிக்கொண்டு இருக்கிறாள் என்பது!

❖

29. பாயாத நீர்

நண்பரின் உறவினர் சமீபத்தில் ஒரு விபத்தில் போய்விட்டார். நண்பர் சொன்னார் "வீட்டுல அவ்வளவு வேலை செய்வார் சார். மருமகளைக் கொண்டுபோய் விட்டு சாயங்காலம் கூட்டிக்கிட்டு வருவார். மருமகளை ரொம்பப் பிடிக்கும். ரெண்டுபேரும் வாக்கிங் போவாங்க. பாவம் அந்தப் பொண்ணு! இதை எப்படித் தாங்கப் போவுதோ..."

மாமனார் மருமகள் பிணைப்பு கேட்கவே அத்தனை சந்தோஷமாய் இருந்தது. அதே நேரம் இப்படி எங்காவது மாமியார் மருமகள் பிணைப்பு பற்றிக் கேள்விப்பட்டு இருக்கிறோமா என்று ஒரு வாரமாக யோசித்துக்கொண்டு இருக்கிறேன்... இல்லைதான்!

ஏன்? எல்லா உறவுகளிடமும் பாசமாய் இருப்பவர் என்று பெயரெடுத்த பெண்மணிகூட மாமியார் மருமகள் என்று வரும்போது வறண்டு போவது ஏன்? பாசம் அந்தப் பக்கம் மட்டும் ஏன் பாய மறுக்கிறது?

இப்போதைய மாமியார்கள் மருமகளுக்கு நிறைய வேலை செய்கிறார்கள். சமையல், குழந்தை வளர்ப்பு என்று தாங்குகிறார்கள். உண்மைதான். ஆனால் அவர்களிடையேயும் பாசம் இருக்கிறதா என்பது ஆராய்ச்சிக்கு உரியது.

மாமியார் சமைத்தால், "அவர் சமையலறை ராஜ்ஜியத்தை விட்டுக் கொடுக்கமாட்டார்!" என்று கிண்டல். மாமியார் மணப் பெண்ணுக்கு நகை போட்டால் "அவங்க கௌரவத்தைக் காட்ட நகை போடறாங்க!" என்று அலட்சியம்! மருமகள் மகனுடன் சிரித்துப் பேசினால் "பிள்ளையைக் கையில் போட்டுக்கிட்டா!" என்று வெஞ்சினம்! இப்படியே சொல்லிக்கொடுத்து அந்த உறவையே காலங்காலமாய்க் கெடுத்து வைத்து இருக்கிறார்கள்.

இதைச் சீராக்க என்ன செய்யலாம்? மாமியார் மருமகள் உறவு என்பது ஒன்றாக இருந்தே ஆக வேண்டிய உறவு. அதில் இரு பக்கமும் குற்றம் குறைகள் காண்பதை முதலில் நிறுத்தப் பழக வேண்டும்.

மாமியாரிடம் இருக்கும் குறைகள் நம் அம்மாவிடம் இல்லையா? மருமகள் செய்யும் தவறுகளை நம் மகள் செய்வது இல்லையா?

இருவரும் உட்கார்ந்து பேசலாம். அக்கம்பக்கத்துக் கதைகள், உடைகள், திரைப்படம் எத்தனையோ விஷயங்கள் இருக்கின்றனவே! சாதாரணமாய்ப் பேச என்ன தடை?

பிடித்த நிறம் கேட்டுப் புடைவை, உடைகள் எடுத்துத் தரலாம். பிடித்த உணவென்ன என்று கேட்டுச் சமைத்துத் தரலாம். ஒருவருக்கு உடம்பு முடியாதபோது மற்றவர் கூடுதல் வேலைகள் செய்யலாம்.

மகனோடு வெளியில் போய் வரச் சொல்லி அனுப்பி வைக்கலாம். முகத்தைச் சுருக்காமல் மலர்ந்த முகத்துடன் பேசலாம். மகளை அழைப்பது போன்ற ஒரு செல்லத் தொனியில் மருமகளை அழைத்துப் பாருங்கள்! உங்களோடு ஒட்டி உறவாட வாய்ப்பு அதிகம்.

மகளையும் பெற்ற பெண்களுக்கு ஒரு வார்த்தை! உங்கள் மகள் வேறு வீட்டில் இருக்கிறாள். உங்களுக்கு முடியாவிட்டால் உதவப் போவது உடன் இருக்கும் மருமகள்தான். அவளுடன் சுமுகமாக இருக்க வேண்டியது அவசியம். மகளே இல்லையா? மகன் மட்டுமா? நீங்கள் மருமகளுடன் பாசப்பிணைப்பு உண்டாக்கிக் கொள்வது காலத்தின் கட்டாயம்!

"நான் நினைப்பது இருக்கட்டும்! அவள் என்னை நினைக்க வேண்டுமே!" என்கிறீர்களா? முதலில் நாம் கையை நீட்டி விடுவோம். பதிலுக்கு சற்றுத் தயங்கியாவது எதிர்க்கை நீளும்!

எல்லாக் குடும்பங்களிலும் பிரச்னை வருவது சகஜம். அந்த நேரங்களைக் காயம்படாமல் தாண்டி வர அங்கு பாசம் இருக்க வேண்டும்.

வெள்ளம் வருவதை நம்மால் தடுக்க முடியாது. ஆனால் படகில் ஏறிக் கடந்துவிடலாம். ஆதலால்... பாசப் படகொன்று கட்டலாம்... வாருங்கள்!

❖

30. இலைமறை காய்

தோழி ஒருவர் பேசிக் கொண்டிருந்தார். "என் மாமியாருக்கு என்னைத்தான் ரொம்பப் பிடிக்கும்! பூஜை ரூமில் என்னை மட்டும்தான் விடுவார். என் ஓரகத்தியைவிட மாட்டார்" என்றார். ஏன் எனக் கேட்டேன். அந்த "ஓரகத்தி" வேறு சாதி என்று கூறினார். தோழி நன்கு படித்தவர்தான். ஆனால் தன் மாமியார் தன் இன்னொரு மருமகளை அவமதிக்கிறார் என்று புரியவில்லை.

பல்லாண்டுகளுக்கு முன்பு ஒரு குடும்ப நண்பர் எங்களை வற்புறுத்தித் தன் வீட்டுக்கு அழைத்துச் சென்றார். பெரிய வீடு! ஒவ்வொன்றிலும் பணத்தின் பெருமை நிறைந்து இருந்தது. வீட்டைச் சுற்றிக் காட்டியவர் "இதுதான் சமையலறை" என்று சொல்லிக் கொண்டே உள்ளே நுழையப் போனார். நாங்கள் அவர் பின்னால் நிற்கிறோம். அவர் அம்மா உள்ளே இருந்து வந்து சமையலறை வாசல் படியில் நின்றார். "அவங்களை கூட்டிப் போய் ஹாலில் உக்காரவை! இங்கென்ன இருக்கு பாக்க?" என்றார்! (ஆசாரம்!) நண்பருக்கு முகம் சுருங்கிவிட்டது. எங்களை அழைத்துக்கொண்டு ஹாலுக்கு வந்துவிட்டார். எத்தனை நுட்பமான அவமதிப்பு! அதன் பிறகு அங்கிருக்கவே பிடிக்கவில்லை எங்களுக்கு. கிளம்பி விட்டோம்.

சாதி, மதம், பணம் இவற்றின் மீது பெருமை கொண்ட மனிதர்கள் அடுத்தவரை அவமதிக்கவே செய்வார்கள். அதையும் முகத்துக்கு நேராகச் செய்பவர்கள் கொஞ்சம் அறிவு குறைந்தவர்கள்! யோசித்து நுட்பமாக அவமதிப்பவர்கள் தங்களை அறிவாளிகள் என்று நினைத்துக்கொள்பவர்கள்! (ஆக மொத்தம் இரண்டு தரப்புக்கும் அறிவில்லை!)

மேலோட்டமாகப் பார்த்தால் நிறையப் பேர் நன்கு பழகுவதாய்த் தோன்றும். ஆனால் திடீரென்று ஒருநாள் அவர்களின் சுயரூபம் தெரிந்துவிடும்.

பிற மனிதரை மதிக்கவேண்டும் என்பது அடிப்படை நாகரிகம். ஆனால் தன் உறவுகளிடமும் நட்புகளிடமும்கூட அதைக் கடைப்பிடிக்காதவர் பலர். விசேஷ வீடுகளில் நாம் எல்லோரும் பார்த்து இருப்போம்... ஏழை உறவினர்கள் மட்டுமே வேலை வாங்கப் படுவார்கள்!

தன் ஆயுள் உள்ளவரை சமையலறையைக் கட்டிக் காத்தவர்களைப் பார்த்து இருக்கிறேன். சமையல் மீது அப்படி ஒரு தீராத மோகமா? அதெல்லாம் இல்லை! மருமகள் தனக்குச் சமமாய் உள்ளே வருவது பிடிப்பதில்லை! மருமகளைப் பிடிக்காமல் போக ஆயிரம் காரணங்கள்!ஆனால் தான் மட்டுமே சமைப்பதாய்க் கூறி அந்த இலையில் மற்றதை மறைத்துவிடுவார்! ஆனாலும் பின்னே மறைந்திருக்கும் காய் (தல்!) அந்த மருமகளுக்குத் தெரியும்தானே?

வாழும்வரை தானும் சந்தோஷப்பட்டுத் தன்னைச் சுற்றியுள்ள மக்களையும் சந்தோஷப்படுத்தினால் என்ன? எது தடுக்கிறது? தடுக்கும் அனைத்தையும் தூக்கி வீசுங்கள்! நம்மால் பிறரைச் சந்தோஷப்படுத்த முடியவில்லை என்றாலும் பரவாயில்லை. அடுத்தவர் மனம் நோக அவமதிக்காமல் இருக்கலாம்! அதுவே சிறந்த அறம்! இல்லையா?

31. நெருப்பிருக்கும் இடம்

சென்ற தலைமுறையின் மருமகள் அந்தப் பெண். புகுந்த வீட்டிற்கு வந்தவுடன் அந்நாளைய வழக்கப்படி விடியலில் எழுந்து குளித்து அடுப்படியில் போய் நிற்க வேண்டும். மாமியார் சொல்லும் அளவுகளில் சமைக்க வேண்டும். அப்படியே செய்வாள். மாலை வீடு திரும்பும் கணவனிடம் ஆர்வமாய் " மதியம் சாப்பாடு எப்படி இருந்தது?" என்று கேட்பாள். அவனும் டிஃபன் பாக்சை எடுத்தபடி... "என்னவோ போ! எங்கம்மா வைக்கிற சாம்பார் மாதிரி இல்ல" என்று சொல்லிவிடுவான்.

அந்தப்பெண் புத்திசாலிப் பெண். அதனால் வேறு வழிகளைக் கையாண்டாள். மாமியாருக்குத் தெரியாத வடநாட்டுச் சமையலில் இறங்கினாள். புகுந்த வீடு முழுக்க "ஆஹா..!"வென்று சாப்பிட்டது... மாமியார் தவிர! கொஞ்ச நாளில் சண்டை மூண்டு மருமகளும் பையனும் தனிக்குடித்தனம் அனுப்பி வைக்கப்பட்டார்கள்! (அதாவது... துரத்தப் பட்டார்கள்!)

அந்த மருமகள் ஆற்றமாட்டாமல் சொல்லுவாள்... "தனியா அனுப்பினது எங்களுக்கு நல்லதுதான். ஆனா ஒண்ணுதான் ஆறவே மாட்டேங்குது. என்கிட்ட அளவு சொல்லி சமைக்கச் சொல்லும்போது வேணும்னே தப்பான அளவு சொல்லி இருக்காங்க. என் சமையல் நல்லாயிருக்குன்னு யாரும் சொல்லிடக் கூடாது! என்ன ஒரு எண்ணம் பாரேன்...!"

சமையலறை சென்ற தலைமுறைப் பெண்களின் சாம்ராஜ்யம். அதை விட்டுக்கொடுக்க மனம் வருவதே இல்லை!

இந்தத் தலைமுறை மாமியார்கள் எப்படி? அதாவது சென்ற தலைமுறை மருமகள்கள்?

“நான் என் மருமகளை அப்படித் தாங்கறேன்! அடுப்படிப் பக்கமே விடறதில்ல! எல்லாம் நானே சமைச்சு வச்சிடறது!”

இவர்கள் சொல் பேச்சுக் கேட்டு இந்தக் காலப் பெண்கள் யாரும் சமைக்க மாட்டார்கள். அப்புறம் வேறு என்ன செய்வது?

“என்னை சமைக்கச் சொன்னா என் இஷ்டப்படிதான் செய்வேன்” என்று சொல்லும் தைரியம் அவர்களுக்கு உண்டு. அப்படிச் செய்து விட்டால் அது நன்றாக இல்லை என்று மாமியார் நிராகரித்து விடுகிறார்கள்.

இன்று பெரும்பாலும் பெண்கள் வேலைக்குப் போவதால் மாமியார் சமைத்துப் போட்டால் சரி என்று போய்விடுகிறார்கள். ஆனாலும் சமைக்கத் தெரிந்த பெண்களுக்கு இது எரிச்சல் மூட்டுவதாகவே இருக்கிறது. அவர்களும் இப்போது நேரடியாய்ச் சண்டைக்கு நிற்பதில்லை. மெதுவாய்த் தனிக் குடித்தனம் போக ஏற்பாடு செய்துகொள்கிறார்கள்.

சமையலுக்கு ஆள் வைத்துக்கொள்ளும் குடும்பங்கள் இந்தச் சச்சரவில் இருந்து தப்பிவிடுவதை நான் கவனிக்கிறேன்.

இப்போது ஆண்களும் சமைக்கத் தயங்குவது இல்லை. இது பரவலாய் அதிகரிக்கும் என்றே தோன்றுகிறது.

எல்லோருக்கும்... குறிப்பாய் எல்லாப் பெண்களுக்கும் சமைக்கப் பிடிக்கும் என்று சொல்லிவிட முடியாது. கூட்டுக் குடும்ப வாழ்க்கை முறையில் அவர்கள் சுற்று வேலை செய்தோ, குழந்தைகளைக் கவனிக்கும் பொறுப்பை ஏற்றுக்கொண்டோ தப்பித்துக்கொண்டார்கள்.

தனிக் குடித்தனத்தில் வெளியே சொல்லாமல் நிறையக் கணவர்கள் சமைத்தார்கள். ஏனெனில் வெளியே தெரிந்தால் ஆண் பெண் அனைவரும் கிண்டல் செய்வார்கள் அப்போது.

இப்போது பரவலாக ஆண்கள் சமைக்கத் தொடங்கி இருக்கிறார்கள் வெளிப்படையாய். இது நல்லதொரு மாற்றம்தான். ஆனால் ஒன்றை இங்கே குறிப்பிட்டே ஆகவேண்டும். “என் பெண்ணுக்கு சமைக்கத் தெரியாது!” என்று பெருமையாகவும்,

"என் பெண்ணைச் சமைக்கச் சொல்லக் கூடாது!" என்று நிபந்தனையாகவும்,

"என் பெண் எதற்குச் சமைக்க வேண்டும்?" என்று திமிராகவும் பேசும் பெற்றோர் பெருகி விட்டனர்.

காலங்காலமாய்ப் பெண்கள் சமைத்தார்கள். எனவே இன்றைய பெண்கள் சமைக்கமாட்டோம் என்பது அபத்தம். இல்லையா?

சென்ற தலைமுறையில் பெண் என்றால் சமைத்துதான் ஆக வேண்டும் என்றார்கள்.

இப்போது பெண் என்பதாலேயே நான் சமைக்க வேண்டுமா என்று போர்க்கொடி தூக்குகிறார்கள்.

பசித்தீ அணைக்க அடுப்படியில் சமைத்துத்தானே ஆக வேண்டும்? இதில் ஆண் என்ன... பெண் என்ன?

ஒருவேளை நெருப்பிருக்கும் இடம் என்பதால் இந்தச் சமையலறைச் சண்டை எப்போதும் சூடாகவேதான் இருக்கும் போலும்...!

32. துறவு

மேற்கத்தியத் தொடர்கள் முதலில் எனக்கு ஒரு விஷயத்தில் ஆச்சரியம் அளித்தன! விவாகரத்துச் செய்த ஆணும் பெண்ணும் அத்தனை நட்புடன், அக்கறையுடன் இங்கிதமாய்ப் பேசிக்கொள்வர்! பார்க்கும்போது நமக்கு மனம் ஆறாது! நான் திரையைப் பார்த்து "அடப்பாவி! இந்த மாதிரி முதல்லயே இருக்க என்ன கேடு உனக்கு? யம்மா! இப்போ இத்தன அக்கறையா பேசறியே... அப்புறம் எதுக்குப் பிரிஞ்சு வந்த?" என்று கேட்டுக்கொண்டிருப்பேன்!

ஒருவழியாய் எனக்குப் புரிந்தது. (எனக்குக் கொஞ்சம் மெதுவாய்த்தான் புரியும்!) அவன் கணவன் என்ற இடத்தில் இருக்கும்போது அவள் தேவைகள் எதிர்பார்ப்புகள் வேறு. அவை ஒரு மனைவிக்கு இருப்பவை. அவற்றை அவன் நிறைவேற்றாதபோது பிரிந்துவிடுகிறாள். வாழ்க்கை இருக்கிறதே!

பிரிந்த பிறகு எந்த எதிர்பார்ப்பும் இருவருக்கும் இல்லை. எனவே அந்த உறவு(?) சுமுகமாகி விடுகிறது.

நிறையச் சண்டைகளில் நாம் பார்த்திருப்போம்... "நீ எனக்கு அண்ணனே இல்ல!"

"நீ எனக்குப் புள்ளையே இல்ல!" என்றெல்லாம் வசனங்கள் இறைபடும்! அதில் பாதிப்பேர் மறுநாளே கூடிக்கொள்வர்... அது வேறு விஷயம்!

ஒரு உறவு என்பதற்கு நாம் ஒரு வரையறை வைத்து இருக்கிறோம். அதற்குள் அடங்காத உறவு நமக்குக் கோபமூட்டுகிறது.

"நீ என் அண்ணன் தானே? ஏன் ஊர் மெச்சும்படி வரிசை வைக்கல?"

என்று சண்டைக்கு நிற்போம்!

இப்போது ஒரு பேச்சுக்கு அவர் சொந்த அண்ணன் இல்லை, பங்காளி உறவில் அண்ணன் என்று வைத்துக்கொள்வோம். அப்போது அவர் செய்ததைக் குறை கூறமாட்டோம்! அவர் உறவே இல்லை... நட்பு முறையில் அண்ணன் என்று வைத்துக் கொள்வோம். அவர் எத்தனைக் குறைவாய்ச் செய்தாலும் மகிழ்ந்து நெகிழ்ந்து போவோம்!

"அவர் செய்யணும்னு ஒண்ணும் கட்டாயம் இல்ல! ஆனாலும் வந்து செஞ்சாரு பாரு!" என்று ஆனந்தக் கண்ணீர் வடித்துக் கொண்டு இருப்போம்! உண்டா இல்லையா?

நாம் எல்லா உறவுகளையும் நட்புகளையும் அந்த "வரையறை" க் கண்ணாடி அணிந்தே பார்க்கும்படி கற்பிக்கப்பட்டு இருக்கிறோம். அதைச் சற்றே கழற்றி வைத்துவிட்டுப் பார்த்தால் வாழ்வு எளிமையாகிவிடும். யார் மீதும் குற்றம் சாட்ட நமக்கு ஒன்றும் இருக்காது.

இது ஒருவகைத் துறவுதான். எல்லோரிடம் இருந்தும் எந்த எதிர்பார்ப்பும் இன்றி மனதளவில் சற்று விலகியிருத்தல். உறவின் பெயராலும் நட்பின் பெயராலும் யாரையும் குற்றம் காணாது இருத்தல்.

"அப்படிக் கேட்காமல் உறவு எப்படி நீடிக்கும்?" உண்மையில் எதையும் கேட்காமல் இருக்கும் உறவே நீடித்து நிலைத்து நிற்கும்!

அதையும் மீறி அடக்க முடியாமல் சண்டை போட்டுதான் தக்க வைத்துக்கொள்ள முடியும் என்றால் ... சண்டை போடுங்கள்! விதிவிலக்கு எப்போதும் உண்டு!

❖

33. காசில் கரையும் அழகு

முப்பத்தியாறு ஆண்டுகளுக்கு முந்தைய சம்பவம் இது. ஒரு நடுத்தர வீடு. அந்த வீட்டுப் பெண்ணுக்குத் திருமண நாள் குறிக்க உறவினர் வந்து இருக்கிறார்கள். அந்தப்பெண் பாவாடை தாவணியில் கொல்லைப் படியில் உட்கார்ந்து இருக்கிறாள். வந்த உறவினர் பெண்மணி கேட்கிறார், "என்னம்மா இது! கல்யாணப் பொண்ணுக்கு ஒரு புடவை கட்டி ஒரு நெக்லசைப் போடக் கூடாதா?"

அதன்பிறகு அந்தப் பெண் எழுந்து போய் ஒரு புடவையைக் கட்டிக்கொண்டு வந்தாள்! கழுத்தில் இரண்டு நகை ஏறியது! காதில் ஜிமிக்கி!

பத்திரிக்கை எழுதும்போது பிள்ளையின் தகப்பனார் சொன்னார்,

"ஒரு மணை போட்டு பொண்ணை உட்கார வைக்கக்கூடாதா? எங்க போச்சு?"

மதிய சாப்பாட்டுக்கு(ஆமாம்! வந்த ஏழெட்டு பேருக்கும் வீட்டில் சமைத்த விருந்துதான்!) அப்பளம் வறுத்துக்கொண்டிருந்த பெண்ணை (!) அழைத்து வந்து பந்துப் பூவைப் பின்னலில் சுற்றி விட்டார்கள். ஒரு சரத்தைக் கழுத்தில் மாலையாய்ப் போட்டு விட்டார்கள். மணையில் உட்கார வைத்து எதிரே இரண்டு குத்து விளக்குகளை ஏற்றி வைத்தார்கள்.

"ஆஹா! கல்யாணக் களை வந்துடுச்சி!" என்றார்கள்!

பெண்ணின் தாயார் நிரம்பிய கண்களைத் துடைத்துக்கொண்டார்!

"இப்படி உட்கார வைப்போம்னு தெரிஞ்சிருந்தா நேத்தே ஃபோட்டோ எடுக்க ஆளுக்குச் சொல்லிவிட்டிருப்பேன்! இவளைப்

பூவும் புடவையுமா பார்த்த அப்புறம்தான் கல்யாணம் பண்ணி அனுப்பப் போறேன்னு உறைக்குது!... இதைப் பார்க்க இவ அப்பா இல்லையே..."

"சரிக்கா! கண்ணைத் தொட! நல்ல நாளும் அதுவுமா...!"

என்றபோது அங்கு பலரின் கண்களும் கலங்கி இருந்தன.

இந்த எளிமையான நிகழ்வு என் மனதில் நிழலாடிக்கொண்டு இருக்கிறது. ஏனென்றால் தெரிந்த வீட்டில் ஒரு நிச்சயதார்த்தம் நடக்க இருக்கிறது. செலவு எக்கச்சக்கம்! பெண்ணுக்குப் புடவை கட்டிவிடவே பதினைந்தாயிரம் ரூபாய்! (கவனியுங்கள்! புடவை விலை இல்லை! கட்டி விடும் காசு மட்டும்!) உணவுக்கான செலவைவிட வீடியோ செலவு அதிகம்.

இப்போதைய விழாக்களில் ஒரு செயற்கைத் தன்மை வந்து விட்டதுபோல் எனக்குத் தோன்றுகிறது. அலங்காரம் செய்த பெண்ணும் பிள்ளையும் எல்லாத் திருமணங்களிலும் ஒரே மாதிரி சிரித்து, விருந்தாளியிடம் பரிசை வாங்கிக்கொண்டு, புகைப்படக்காரரைப் பார்க்கிறார்கள்.

மணமக்களின் பெற்றோர் தங்கள் திருமணத்தில் விடுபட்டதை எல்லாம் இப்போது நிறைவேற்றிக்கொள்கிறார்கள்! எனவே அவர்கள் பார்வையும் நம் மீது இல்லை! புகைப்படக்காரர் மீதுதான்! ரொம்ப வேண்டியவர் எனில் "சாப்பிட்டுப் போங்க!" என்று சொல்கிறார்கள்! நாம் சாப்பிட்டோமா... கூட்டத்தைக் கண்டு பயந்து ஓடி வந்துவிட்டோமா என்று கூட அவர்களுக்குத் தெரியாது! அதற்கெல்லாம் ஏது நேரம்?

இதில் சோகம் என்னவென்றால் சிலநாள் கழித்துச் சாதாரண உடையில் அவர்களைப் பார்த்தால், எனக்கு அடையாளம் தெரிவதில்லை! அப்புறம் உற்றுப் பார்த்தால் அரிதாரம் இல்லாமல் அழகாய் இருப்பதாகத் தோன்றுகிறது! இதைச் சொன்னால் அடிக்க வருவார்கள்!

ஆக... அதிக செலவு செய்து... அழகைக் குறைத்துக்கொண்டு... அன்பைக் காட்ட நேரமின்றி... வரும் சுற்றத்தையும் நட்பையும் இயந்திர கதியில் வரவேற்று... இப்படி ஒரு விழா தேவைதானா?

நெருங்கிய உறவையும் நட்பையும் மட்டும் அழைத்து சிரிப்பும் பேச்சுமாய் அரட்டை அடித்துக்கொண்டு, ஒவ்வொருவரையும் கவனித்துக்கொண்டு, எளிமையாய் அழகாய் ஒரு விழாவை நாம் ஏன் நடத்தக்கூடாது?

பின்குறிப்பு: முதல் சம்பவத்தில் மாப்பிள்ளையைப் பற்றிக் குறிப்பிடவில்லையே என்கிறீர்களா? அவர் அன்று நண்பர்களுடன் சுற்றுலா போய்விட்டார்!

34. மறக்க முடியுமா?

அது ஒரு மருத்துவமனையின் அவசர சிகிச்சைப் பிரிவு. படுக்கையில் இருந்த முதிய பெண்மணிக்கு வயது எண்பத்து மூன்றாம். அரை மயக்கத்தில் இருந்தார். காலில் விரல்கள் அகற்றப் பட்டு கட்டுப் போடப்பட்டிருந்தது. கையில் ஊசி குத்தியதும் கத்திக் கொண்டு எழ முயற்சித்தார். அப்போது அவர் கணவர் வேகமான உடல் மொழியோடு சற்று மெதுவாக நடந்து வந்தார். வந்தவர் மனைவியின் கைகளைப் பற்றிக்கொண்டார்.

"தங்கம்! நா வந்துட்டேனே! எதுக்கு பயப்படற? ஒண்ணுமில்ல... தூங்கு ..." என்றார். செவிலி அவரிடம் "கொஞ்சம் வெளிய நில்லுங்க. டயப்பர் மாத்தணும்" என்றார். அவர் மறுப்பாய்த் தலையை அசைத்தவாறு "நீ போம்மா! நான் மாத்திடுவேன்..." என்றார்.

சில நிமிடங்களில் ஐம்பது வயது மதிக்கத்தக்க மகன் வந்தார். அம்மாவின் கைகளைத் தடவியபடி "என்ன பண்ணுது..." என்றார். அது கேள்வி மாதிரி இல்லை. ஒரு கொஞ்சல் போல ஒலித்தது. அம்மா இலேசாய்க் கண்ணைத் திறந்து பார்த்து "வலிக்குதுடா..." என்று முனகினார். "எல்லாம் சரியாப் போயிடும். நீ கொஞ்சம் சாப்பிட்டா சரியாயிடும் ... சரியா?" என்றபடி அம்மாவின் கன்னத்தைத் தடவிவிட்டு வளையலைத் தள்ளிச் சரிப்படுத்தினார். சிவப்பு நிறக் கண்ணாடி வளையல்கள்!

"தங்கம்" அமைதியானவுடன் வந்த டாக்டர் அவர் பெயரைச் சொல்லும்போதுதான் "தங்கம்" என்பது செல்லப் பெயர் என்பது உறைத்தது எனக்கு. அந்த நொடி என் கண்ணில் நீர் நிரம்பிவிட்டது!

குறைந்த பட்சம் அறுபது ஆண்டுகள் மண வாழ்க்கையில் இணைந்து வாழ்ந்து இருப்பார்கள். அந்தப் பெண்மணி தன் கணவருக்கு எவ்வளவோ வேலைகள் செய்திருக்கலாம். ஆனால் பதிலுக்கு இன்று கிடைக்கும் பேறு எத்தகையது? கொஞ்சி வளர்த்த மகன் கவலையைக் காட்டிக்கொள்ளாமல் அம்மாவைக் கொஞ்சுவது எப்பேர்ப்பட்ட பேறு...?

"மண வாழ்க்கை, குடும்பம் இவற்றில் என்ன இருக்கிறது? நானே சம்பாதித்து நானே சமைத்து சாப்பிட்டுக்கொள்ள முடியும். குடும்பம் என்பது வெறும் சுரண்டல்" என்று பேசுகிற இளைஞர்கள் மனக் கண்ணில் வந்துபோகிறார்கள். அவர்களிடம் சொல்ல எனக்கு ஒன்று இருக்கிறது...

"திருமணம் ஆன எல்லோருக்கும் இந்தக் குடும்பம் போல் பரிவும் பாசமும் கிடைக்கிறதா என்றால்... இல்லைதான். ஆனால் குடும்பத்தை வேண்டாம் என்று சொல்லும் நீங்கள் உங்கள் முதுமையில் இப்படி ஒரு பரிவை அனுபவிக்கவே முடியாது. அது மட்டும் நன்றாகத் தெரியும்."

பரங்கிப் பழம் போல் கனிந்த பெண்மணியும் அவருடைய கை பற்றி வருடிய, இலேசாய்த் தள்ளாடும் அவர் கணவரும் நினைவில் அப்படியே நின்று விடுவார்கள் போலிருக்கிறது. மறக்க முடியுமா...?

35. காலத்தினால் செய்த உதவி

அந்தத் தாய் தன் மகளை ஒரு பெரிய குடும்பத்தில் மணம் முடித்துக் கொடுத்தார். மகளுக்கு வாழ்க்கை கைக்கும் வாய்க்கும் சரியாகவே போய்க்கொண்டு இருந்தது. இதில் சீர், மொய் என்பதற்கே பெரும் பகுதி சம்பாத்தியம் போய்விட்டது.

அந்த மகள் வெறுப்புடன் என்னிடம் சொன்னார்....

"எங்கம்மா என் கிட்ட நகையைக் கொடுக்கவே இல்ல. பெரிய குடும்பத்துல எதுக்காவது வித்துடுவோம்னு பயம். ஏகப் பட்ட விசேஷம் வந்துக்கிட்டே இருக்கும்.. நான் கவரிங் தான் போட்டுக்கிட்டு போவேன். இப்போ நானே பேரன் எடுத்துட்டேன்... எங்கம்மா இன்னும் இருக்கு... நகையோட...! இனிமே அது கொடுத்தா என்ன... கொடுக்கலன்னா என்ன...? சமயத்தில நினைச்சா ஆத்திரமா வரும்... இன்னும் அதுக்குப் பேரு என்னவோ என் நகைதான்..."

இது போல் பல கதைகள் கேட்டு இருப்போம் அல்லவா...?

சைக்கிள் வாங்கித் தராத கதை...

நல்ல புடவை எடுக்காத கதை...

உணவில் பாரபட்சம் காட்டிய கதை.

எதுவுமே செய்ய முடியாத செயல் இல்லை.

செய்ய வேண்டிய இடத்தில் இருப்பவருக்குச் செய்ய மனம் இல்லாமல் போன கதைகள்...

கதைகள் இல்லை... நிகழ்வுகள்.

நான் யோசித்துக்கொண்டே இருப்பேன்... இவர்கள் கடைசியில் என்ன சாதித்துவிட்டதாய் நினைத்துப் பெருமை கொள்வார்கள்?

குடி தண்ணீர் கூடத் தர மாட்டேன் என்று சொன்னவர்களைப் பார்த்து அதிர்ந்துபோய் இருக்கிறேன்.

“ஒரு நாள் குடுத்தா அதே பழக்கம் ஆயிடும்...” என்று தன் செயலை நியாயப்படுத்திப் பேசியவர்களைப் பார்த்து இருக்கிறேன்.

அவ்வளவு ஏன்... ஒலிக்கும் அலைபேசியை எடுக்காமல் அலட்சியமாய் இருப்பவர் எத்தனை பேர்...?

“எடுத்துப் பேசினா ஒரே புலம்பல் வரும்... வேற வேலையில்ல...?”

வீட்டு உதவியாளர் விஷயத்தில் ஒரு ஜாக்கெட் துணிகூட எடுத்துத் தராதவர்கள் உண்டு.

“ஒரு தடவ கொடுத்தா அதே பழக்கம் ஆயிடும்.”

இந்த உலகில் பிறந்ததன் நோக்கமே பிறரிடமிருந்து எவ்வளவு பிடுங்க முடியுமோ அவற்றைப் பிடுங்கிவிட வேண்டும் என்பதே பலரின் வாழ்க்கை இலட்சியம்! அதைத் தன் சாமர்த்தியம் என்று சொல்லித் தன்னைத் தானே மெச்சிக்கொள்வார்கள்!

அவர்கள் எல்லாம் பாவம்! கொடுப்பதன் சுவை அறியாதவர்கள்!

பிறருக்கு ஒன்றைக் கொடுக்கும்போது மனம் விரிவடையும். வாங்கிய ஆட்களின் மகிழ்ச்சி நம்மையும் தொற்றிக்கொள்ளும்.

இருபது முப்பது ஆண்டுகள் முன்பு வரை நம் வீடுகளில் இருந்த பழக்கங்கள் உங்களுக்கு நினைவில் இருக்கும்.

காலை வாசல் தெளித்து அரிசி மாவால் கோலம் போடுவார்கள்... எறும்புகள் வந்து தின்னும்.

அரிசி களைந்த நீரும் காய்கறிக் கழிவுகளும் கழுநீர்ப் பானையில் ஊற்றி வைக்கப்படும்.

அவை மாடுகளுக்காக.

இரவு மீந்து போன சோற்றில் நீர் ஊற்றி வைப்பார்கள். இரவோ மறுநாளோ வந்து கேட்கும் யாருக்காவது அது வழங்கப்படும்.

படித்த புத்தகங்களைத் தேவையுள்ள யாருக்காவது கொடுத்து விடுவார்கள்.

தோட்டத்துக் காய்கறி தெருவுக்கே பகிர்ந்து அளிக்கப் டும்.

பண்டிகைப் பலகாரங்கள் வீடு வீடாகப் பயணம் செய்யும்.

ஆம்...! நாம் கொடுத்துப் பழகியவர்கள்! கொடுத்து சந்தோஷப் பட்டவர்கள்! கொடுப்பதை ஒரு சடங்கைப் போல் பின்பற்றியவர்கள்.

ஆனால் எங்கு எப்படி மாறிப் போனோம்?

நான் வைத்திருப்பது எனக்கு மட்டுமே என்ற சுயநலக் கூட்டுக்குள் எப்போது நுழைந்தோம்?

காலத்தினால் செய்த உதவி இந்த உலகைவிடப் பெரியது என்று படித்தோம்... ஆனால் மறந்துவிட்டோம்...!

பெரியதாய் காசு பணம் என்று கொடுக்கவேண்டாம்.... நமக்குப் பயன்படாத ஒன்றைத் தேவை உள்ளவருக்குக் கொடுக்கலாம்.

பின்பு நம்மால் முடிந்த சிறு உதவிகள் செய்யலாம்.

பாடம்... பாட்டு... ஏதேனும் நாம் அறிந்த கலைகளைக் கற்றுத் தரலாம்.

முக்கியமாய் வாழ்வில் தடுமாறி நிற்கும் ஒருவரைக் கைப் பிடித்து ஆறுதல் சொல்லலாம்.

தெம்பூட்டும் வார்த்தைகள் பேச மனம் இருந்தால் போதுமே...!

கேட்பவருக்கு இந்த உலகைவிடப் பெரியது நாம் அளிக்கும் ஆறுதல்.

நம் உறவுகளுக்கு அவர்களுக்குத் தேவையான நேரத்தில் நம்மால் முடிந்ததைக் கொடுத்து உதவலாம்.

அது காசோ பணமோ... உடையோ நகையோ... உழைப்போ உதவியோ... அன்போ ஆறுதலோ... கொடுக்கும் இடத்தில் நாம் இருந்து ... கொடுக்கவும் முடிந்தால் தாராளமாகக் கொடுக்கலாம்...!

பிறவியின் பயன் அதுவன்றி வேறென்ன...?

36. வெள்ளத்தனைய..!

வயது முதிர்ந்த பெண்மணி ஒருவர். நன்கு பழகுவார். "வாழ்ந்து கெட்டவ நான்! அதென்னவோ என் குடும்பத்துல அத்தன பேர் இருந்தும் என்னக் கைத் தூக்கி விடல. அவங்கவங்க காரும் பங்களாவுமா இருக்காங்க. எனக்கு வாச்சது என்னவோ வாடக வீடுதான்" என்பார். அதனாலேயே "பாவம்!" என்று என் மனதில் அவருக்காக ஒரு மென்மூலை உண்டு! (அதாங்க... *Soft corner!*)

ஒருநாள் சமையல் எரிவாயு உருளை கசியத் தொடங்கிவிட்டது. அவரைத் தொலைபேசியில் அழைத்து விஷயத்தைச் சொன்னேன். "அடடா! வீட்டுல சிலிண்டர் புக் பண்ணேன். இன்னும் வரலையேம்மா!" என்றார். முந்தைய நாள் மாலை அது வந்ததை நான் பார்த்திருந்தேன்! ஆனாலும் ஒன்றும் சொல்லவில்லை. என் வயது (அப்போது 35!) "போகட்டும் விடு!" என்று சமாதானம் ஆகி விட்டது.

சில நாட்கள் கழித்துப் போய் ஒரு உதவி கேட்டேன். "அம்மா! வீட்டுல வேலை செய்யற பொண்ணு ஊருக்குப் போயிருக்கு. ஒரு வாரத்துக்கு உங்க வீட்டுல செய்யற அம்மாவை அனுப்புங்க."

"நீ போம்மா! நா அனுப்பி வைக்கிறேன்!"

அடுத்த இரண்டு நாட்களுக்கு ஆள் வரவில்லை. மூன்றாம் நாள் கேட்டதற்கு "அய்யோ! மறந்துட்டேம்மா! நாளைக்கு வரச் சொல்றேன்."

காலைவேளையில் நான் போக முடியாது. அந்த நேரம்தான் அவர்கள் வீட்டுக்கு அந்த உதவியாளர் வருவார். எனவே நேரில் போய் அழைக்க முடியவில்லை.

மறுநாள் "சொன்னேம்மா! அது வரமாட்டேன்னு சொல்லிடுச்சு! விடு! உங்க வீட்டு ஆளே தோ வந்துடப் போறா..."

எனக்கு இது பெரிய விஷயமாகவே தெரியவில்லை... அடுத்த இரண்டாவது நாளில் அவர்கள் வீட்டு உதவியாளரைத் தெருவில் நேருக்கு நேராகச் சந்திக்கும்வரை!

சற்றே மனத்தாங்கலுடன், "ஏம்மா வரமாட்டேன்னு சொல்லிட்டீங்க? போன தடவை வந்தப்போ எப்போ கூப்பிட்டாலும் வரேன்னு சொன்னீங்க இல்ல?" என்று கேட்டேன். அவர் அதிர்ச்சியுடன், அந்தப் பெண்மணி எதுவும் சொல்லவில்லை என்று சொன்னார்! இப்போது எனக்கு அதிர்ச்சி!

எனக்கு என்ன செய்வது என்று தெரியவில்லை. கேட்காமல் உள்ளே விழுங்கிவிட்டுச் சும்மா இருப்பது என்னால் முடியாத காரியம். நேராய்ப் போய்க் கேட்டுவிட்டேன்!

அவர் மகள் பதில் சொன்னார்... "போன தடவையே நீ ஜாக்கெட் துணி குடுத்தன்னு அவ சொல்லிக்கிட்டே இருந்தா. நீ அள்ளிக் குடுக்கற ஆளு! நாங்க அப்பிடிக் குடுக்க முடியுமா? அதான் அம்மா ஆள அனுப்பாதன்னு சொல்லிட்டாங்க!"

நான் திகைத்துப் போய்விட்டேன். என்னால் பழையபடி சிரித்துப் பேசவோ ஓடிப்போய் உதவவோ முடியாது என்று தோன்றிவிட்டது. ஒரு உறுத்தல் வெகுநாள் மனதைவிட்டு அகலவே இல்லை.

சட்டென்று ஒருநாள் அவர் வாழ்க்கையின் கேள்விக்கு விடை தெரிந்துவிட்டதாய் உணர்ந்தேன். தன் பொருளைத் தராதது கூடத் தவறில்லை. (எரிவாயு உருளை!) ஆனால் உதவியாளர் பெண்மணி உழைத்துச் சம்பாதிப்பதைத் தடுத்தது தவறு. அதுவும் உழைப்புக்கு மேலாக ஒரு சிறு வெகுமதி அவருக்குக் கிடைப்பதை இவரால் தாங்கிக்கொள்ள முடியவில்லை. எல்லாவற்றுக்கும் மேலாகப் பழகிய பெண்ணைக் கஷ்டப்படுத்திவிட்டு... பொய் மீது பொய் சொல்லிவிட்டு எப்படி இயல்பாக இருக்க முடிகிறது?

அவரது இயல்பே இதுதான் என்றால்... நல்ல நிறைவான வாழ்க்கை எப்படி அமைய முடியும்? அவரைச் சுற்றி இருந்தோரை எப்படி நடத்தி இருப்பார்? அவர்கள் பதிலுக்கு என்ன செய்து இருப்பார்கள்?

அடிக்கடி என் அம்மா பள்ளியில் சொல்வார்" "வெள்ளத்தனைய மலர் நீட்டம்!" (திருக்குறள்) அது மாதிரி புத்திக்குத் தகுந்த வாழ்க்கைதான் அமையும். சின்ன வயசுல இருந்தே நல்ல புத்தியோட இருங்க."

ஆம்... உண்மைதான். வெளியில் இருந்து பார்ப்போருக்குக் குறைகள் இல்லாத வாழ்வு என்று தோன்றலாம். ஆனால் நம் ஒவ்வொருவருக்கும் குறைகள் ஏராளம் உண்டு. அதுவும் நாற்பதைக் கடந்தவர்களுக்கு. அத்தனைக்கும் காரணம் யாரென்று நினைக்கிறீர்கள்? ஏற்றுக்கொள்ளச் சற்றுச் சங்கடமாய் இருந்தாலும்... உண்மை என்னவென்றால்...

அவரவர் குறைகளுக்குக் காரணம் அவர்களேதான்!

37. தாயும் பிள்ளையும் ஆனாலும்...!

பொங்கல் வாழ்த்துச் சொல்ல ஒரு தோழி அழைத்திருந்தார். பேச்சினூடே கேட்டேன்,

"புத்தகக் காட்சி எப்போ போற?"

"அக்கா! இந்தப் பொண்ணு வரமாட்டேன்னு சொல்றா. அதனால இந்த வருஷம் போகல."

"நீ மட்டும் போனா என்ன?.. தோட்ட வீட்டுக்கு வரேன்னு சொன்னியே... வரியா?"

"அக்கா! பொண்ணு வரலைன்னு சொல்லிட்டா."

"அப்போ நீயும் அவரும் வாங்க."

"அது எப்படிக்கா! அவ வராம...? எங்களுக்கு என்ன கிடக்குது... எல்லாம் அவளுக்காகத்தான்."

இதில் ஒரு வார்த்தைகூட நான் கூடுதலாய்ச் சேர்க்கவில்லை! இரண்டு நாட்களாய் அவ்வப்போது இந்த உரையாடல் நினைவில் வந்துகொண்டே இருக்கிறது.

தாய் என்பது ஒரு பதவி என்றும் அதை அடைந்த பிறகு சிலவற்றைச் செய்யக் கூடாது என்றும் வழிவழியாக இங்கு பதிய வைக்கப்படுகிறது. ஒருவேளை ஜீன் மூலமே கடத்தப்பட்டு விடுகிறதோ என்னவோ!

நானும் இப்படி ஒரு கட்டத்தைத் தாண்டி வந்திருக்கிறேன். பிள்ளை மேல்படிப்புக்கு வெளியூர் போனவுடன் அவ்வளவு கஷ்டம் பட்டுவிட்டேன். குறிப்பாய் நல்ல சமையல் செய்ய மனம் வராது. பிறருக்காகச் செய்தாலும் அதைச் சாப்பிடும்போது ஒரு குற்ற உணர்வு வந்துவிடும்.

"அய்யோ! இது பிள்ளைக்குப் பிடிக்குமே! அவனை விட்டுட்டு நாம மட்டும் சாப்பிடறோமே..." என்று தோன்றும்.

இதையே பிள்ளையிடம் ஒருமுறை சொன்னேன்.

"அம்மா! அங்க உன் சமையல் கிடைக்காதுதான். ஏன்... ருசியாக்கூட இருக்காது. ஆனா லீவ் நாள்ல நான் தேடிப் போய்ச் சாப்பிடுவேன். தினப்படி ருசியா சாப்பிடவா நான் அங்க போயிருக்கேன்? இந்த நேரம் இப்படித்தான் போகும். இதைத் தாண்டினப்புறம் சரியாயிடும்.

இதுக்கும் நீ சாப்பிடறதுக்கும் என்ன சம்பந்தம் சொல்லு. உனக்குப் பிடிச்சதை சாப்பிட்டு நீ நல்லபடியா உன் உடம்பைப் பார்த்துக்கணும். அதுதான் முக்கியம். அம்மான்னா இப்படித்தான் உருகணும்னு நினைக்காத... அப்படிப் பழக்கி வச்சுருக்காங்க. அத விட்டு வெளிய வா!"

வெளியில் வர கொஞ்ச காலம் ஆனதுதான். ஆனால் வந்துவிட முடிந்தது. அது எவ்வளவு முக்கியமானது என்று பிறகு புரிந்தது. நம் குழந்தைகள்தான். அதற்காக அவர்களையே மைய அச்சாய்க் கொண்டு சுழல ஆரம்பித்தால் நாம் தொலைந்து போவோம்.

அவர்கள் வாழ்வின் மையம் நாம் இல்லை என்று தெரிய வரும்போது நொந்து போவோம். அதுதான் இயற்கை நியதி என்பது புரியாது.

பல வீடுகளில் "நான் எப்படி வளர்த்தேன்! இப்போ பாரு... பொண்டாட்டி முக்கியமா போயிட்டா...." என்ற வெதும்பல் ஏற்பட இந்த மனநிலையே காரணம்.

"என் பொண்ணை எப்படி வளர்த்திருக்கேன்! அவளை வேலை செய்ய விடறதா? டைவர்ஸ் பண்ணிடலாம். நான் அவளை உட்கார வச்சு கடைசி வரை செய்யறேன்." என்று சொல்லும் தாய்களையும் பார்க்கிறேன்.

படித்து வேலைக்குப் போய் திருமணமும் ஆன பிறகு தன் குழந்தைகளை விட்டு விலகத் தெரிந்திருக்கவேண்டும். அவர்கள் வாழ்க்கையை அவர்கள் வாழட்டும் என்ற புரிதல் வேண்டும்.

அதற்கு அடிப்படையாய் நம் வாழ்க்கையை நாம் வாழ வேண்டும் என்ற எண்ணமும் வேண்டும்...அதிலும் குற்ற உணர்ச்சி கொள்ளத் தேவையில்லை என்ற புரிதலும் வேண்டும். அப்போது இரு பக்க வாழ்வும் சிறப்பாக இருக்கும். இரு பக்க அன்பும் செழிப்பாக இருக்கும். இல்லை என்றால் குழப்பம்தான்.

இந்தப் பழமொழி தெரியும்தானே?

"தாயும் பிள்ளையும் ஆனாலும் வாயும் வயிறும் வேற வேற!"

❖

38. வெறுப்பு

ஒவ்வொருவருக்கும் இரண்டு பட்டியல்கள் இருக்கும். அதுபோல் எனக்கும் இருந்தன. எனக்கு விருப்பமானவர்கள் ஒன்றிலும் நான் வெறுப்பவர்கள் அல்லது என்னை வெறுப்பவர்கள் மற்றொன்றிலும் இருந்தார்கள். ஒரு நாள் (இருபது ஆண்டுகளுக்கு முன்...!) ஆற அமர யோசித்துப் பார்த்தால் என் மனதில் வெறுப்புப் பட்டியலே முதலிடம் பிடித்திருந்தது. சதா சர்வ நேரமும் அவர்கள் ஏன் என்னை வெறுக்கிறார்கள் என்ற கேள்வியே என் முன்னால் பூதாகரமாய் நின்றது. காரணம் புரியாமல் என் தலையைப் பிய்த்துக் கொள்வதே பிழைப்பாய்ப் போனது. “ச்சே! நான் எவ்வளவு பாவம்! நான் மனசாட்சிப்படி ஒழுங்காய் நடந்துகொண்டும் ஏன் என்னை நோகடிக்கிறார்கள்?” என்ற சுய பரிதாபத்தில் மனம் சிக்கிச் சுக்கு நூறாய் ஆனது.

ஒரு கட்டத்தில் அவர்களை என்ன செய்யலாம் என்று மனம் யோசித்துக்கொண்டே இருந்தது. கோபமும் ஆத்திரமும் பெருகியது. அவர்களைப் பதிலுக்கு நோகடிக்கவேண்டும் என்று ஒரு வைராக்கியம் பிறந்தது. ஆனால் என்ன ஒரு பரிதாபம்! நான் செய்த ஒன்றிரண்டு முயற்சிகள் அவர்களைப் பூவால் ஒத்தி எடுத்தது போலவே உணர வைத்தது! கிண்டலுடன் கடந்து போனார்கள்! நான் மேலும் உடைந்து போனேன். “எனக்குப் பதிலுக்கு நோகடிக்கக் கூடத் தெரியவில்லை. எதற்குமே லாயக்கில்லை நான்...”

இந்த எண்ண ஓட்டத்தில் நான் அவர்களைத் தொடர்பு கொள்ளவேயில்லை. ஒருநாள் அவர்கள் என்னை அழைத்தார்கள்... இலேசான பதற்றத்துடன்! நான் பதறாமல் கோபப் படாமல் அவர்கள் பேச்சைக் கூர்ந்து கவனித்தேன். அதில் மீண்டும் பேசாமல்

போய் விடுவேனோ என்ற பயம் இருந்தது. அதுதான் என்னை யோசிக்க வைத்தது.

அவர்களுக்கு என்மீது பாசம் இல்லை. ஆனால் என்னை இழந்துவிடவும் சம்மதமில்லை. ஏனென்றால் அவர்களின் சுடு சொற்களைத் தாங்கிக்கொண்டு அதுவரை நான் அவர்களுக்கு உதவிக்கொண்டிருந்தேன். அந்த உதவி அவர்களுக்கு முக்கியம். ஆனால் "இதெல்லாம் ஒரு உதவியா!" என்று பழிப்புக் காட்டிப் பேசுவார்கள். இது புரிந்த உடனே நான் அவர்கள் தொடர்பைத் துண்டித்துவிட்டேன். அதை அவர்கள் எதிர்பார்க்கவில்லை. அன்பாகப் பேசியும் பிறரைத் துணைக்கழைத்தும் ஏராள முயற்சிகள்! நான் திரும்பவே இல்லை.

அப்போது ஒன்று புரிந்தது. நான் அதற்கு முன்பு அவர்களை வெறுத்ததாய் நினைத்துக்கொண்டிருந்தேன். உண்மையில் அவர்களின் அன்புக்கு ஏங்கிக்கொண்டு இருந்திருக்கிறேன்! நான் வைத்த அன்பின் கடைசி இழைதான் வெறுப்பு என்ற பெயரில் உலாவி இருக்கிறது. அந்த இழையை அறுத்து வீசிவிட்டுத் தொடர்பைத் துண்டித்த பிறகு நான் அமைதியாகிவிட்டேன். அவர்கள் எனக்கு யாரோவாகிப் போனார்கள்!

எனக்கு விருப்பமானவர்களுக்குக் கொடுக்க என்னிடம் நேரம் இருந்தது. பெருக்கித் துடைத்து விளக்கேற்றிய வீட்டைப் போல மனம் பளிச்சென்று ஆகிவிட்டது!

அதற்குப் பிறகும் அவர்கள் பிறரிடம் என்னைப் பற்றி அவதூறு பரப்பிக்கொண்டுதான் இருந்தார்கள். நான் அதை இலட்சியமே செய்யவில்லை. யாராவது வந்து அதைப் பற்றி என்னிடம் கேட்டாலும் நான் தன்னிலை விளக்கம் எதுவும் கொடுக்கவில்லை! சிரித்துவிட்டுக் கடந்து போகப் பழகிவிட்டேன்!

நாம் விரும்பும் ஒரு பாசம் கிடைக்க வாய்ப்பில்லை என்று தெரிந்த பிறகே நாம் வெறுக்க ஆரம்பிக்கிறோம். நிம்மதி அற்றுப் போகிறோம்.

"ஏன் இப்படி இருக்கிறார்கள்?"என்று கேட்டால்... மனிதர்கள் எல்லோரும் எல்லோரிடமும் அன்பு செலுத்துவது இல்லை!

நிகழ வாய்ப்பில்லாத அன்பின் கடைசி இழையே வெறுப்பு. அது நம்மை ஆக்கிரமித்து நம் அமைதியைக் குலைத்துப் போட்டு விடுகிறது. அதை அறுத்துவிட்டு எழக் கற்றுக்கொண்டால்... வாழ்தல் இனிது!

இப்போது என் கைவசம் இருப்பது ஒரே பட்டியல்தான்! விருப்பமானவர்களே அதில் நிறைந்து இருக்கிறார்கள்!

❖

39. கற்பும் தப்பும்

அது 1994 ஆம் வருடம். கணவரின் வேலை நிமித்தம் நாங்கள் மறைமலைநகரில் குடியிருந்தோம். அப்போது அங்கு கடைகள், உணவகம், அவ்வளவு ஏன்... மருத்துவமனைகூடக் கிடையாது.

வாசல்புறத் தோட்டத்தில் நான் வேலை செய்யும்போது எதிர்வீட்டுப் பெண்மணியும் வந்தால் பேசிக்கொண்டே வேலை செய்வோம். அவர் அழகழகான குரோட்டன்ஸ் செடிகள் வளர்ப்பார். நான் அதை இரசித்துப் பார்ப்பதோடு சரி! என் தோட்டத்தில் புதினா, துளசி, அவரை, பாகல், பப்பாளி, குழந்தைகளுக்காகப் பட்டுரோஜா, அந்திமல்லி என்று நிறைத்து வைத்திருப்பேன்.

என்னைவிட ஏழெட்டு வயது மூத்தவர் அவர். மலையாளம் தாய்மொழி என்றாலும் தமிழும் பேசுவார். நாங்கள் சென்னையில் இருந்தபோது தேடித் தேடிப் பார்த்திருந்த மலையாளப் படங்கள் (ஒரு சிபிஐ டைரிக் குறிப்பு, தெளத்யம் ...!) ஒரு கூடுதல் நட்புக்கு வழியாக அமைந்தன.

“உன்னைப் பார்த்தா படிச்ச பொண்ணு மாதிரியே இல்ல! மெட்ராஸ்ல படிச்சு வேலைக்கு வேற போயிருக்க! எப்படி இந்த ஊர்ல வந்து சந்தோஷமா இருக்க?

ரெண்டு குழந்தைய வச்சுக்கிட்டுத் தோட்டம் போடற... புடவை கட்டிக்கிட்டு... நெத்தில குங்குமம் வச்சுக்கிட்டு...! எனக்கென்னவோ ரெண்டும் சம்பந்தமே இல்லாத ரெண்டு பொண்ணுங்கன்னு தோணும்” என்பார்.

நான் “ஆமாமா! டபிள் ஆக்‌ஷன்! நம்புங்க!” என்பேன்.

ஒருநாள் தயங்கியபடி சொன்னார்...

"வீட்டுல டிவி ரிப்பேர். இன்னிக்கு மத்தியானம் நல்ல படம் ஒண்ணு டிடி ல போடறான்..."

நான் உடனே "வாங்க! எங்க வீட்டுல பார்க்கலாம்" என்று அழைத்தேன். சந்தோஷமாய் வந்தார்.

அது ஒரு தெலுங்குப் படம். படம் பார்க்கும்போது மெதுவாய் "உனக்கு சரத்பாபு பிடிக்குமா?" என்றார்.

"பிடிக்கும்.. நல்லாத்தான் நடிப்பார். ஆனா நாகார்ஜுனாதான் இப்போ பெஸ்ட்."

"அட! ஹீரோவைப் பிடிக்கும்னு சட்டுன்னு சொல்ற! நானெல்லாம் சொல்லமாட்டேன். சொன்னா ஃப்ரெண்ட்ஸ் கூட ஒரு மாதிரி பாக்குறாங்க."

"இதுல தப்பா என்ன இருக்கு? படம் பார்க்கிறோம். பிடிச்சுதான பார்க்கிறோம். அதை வெளிய சொன்னா என்ன?"

"நீ சின்னப் பொண்ணு. வெளிய எப்படிப் பேசுவாங்கண்ணு தெரியல. ஒரு ஆளை ரசிக்கிறோம்னு சொன்னாலே நம்ம கேரக்டர் பத்தித் தப்பாப் பேசுவாங்க."

"பேசிட்டுப் போவட்டும்! அவங்க அறிவு அவ்வளவுதான்! நாம எதுக்குக் கவலைப்படணும்?"

அவர் சற்றுக் குழப்பமாய்ப் பார்த்தார். "நீ உன் ஹஸ்பண்ட்கிட்ட இப்படிப் பிடிக்கும்னு சொல்வியா?"

"சொல்லுவேன்... அவரும் நானும் சேர்ந்துதானே பார்க்கிறோம்...? சொல்லாம எப்படி?"

கொஞ்சநேரம் யோசனை செய்துவிட்டு அவர் சொன்னார்.

"இதை வெளிய சொன்னா தப்பா நினைச்சுப்பாங்கன்னு மூடி மறைச்சே, நிறைய தப்பு பண்றோம்னு தோணுது. சாதாரண விஷயத்தை வேற தப்புன்னு நினைச்சுக்கிட்டு இருக்கோம்.

உன்னை ஒரு படிச்ச, கிராமத்துப் பொண்ணுன்னுதான் இதுவரை நினைச்சு இருக்கேன். இப்படித் தடாலடியா பேசுவன்னு எதிர்பார்க்கவே இல்ல...! உன்னை இப்போ ரொம்பப் பிடிச்சுப் போச்சு!"

தப்பு செய்தால் அதை மூடி மறைக்கவேண்டும் என்று காலங்காலமாய் மனதில் பதிந்து போயிருக்கிறது.

ஆனால் தப்பு என்பது எது?

ஒவ்வொரு காலகட்டத்திலும் பெண்கள் மீது சுமத்தி வைக்கப்பட்ட பாரங்கள் எத்தனை?

அடுத்த ஆணின் நிழலைப் பார்த்து அழகென்று வியந்தது தவறு! என்று ஆரம்பித்து எத்தனை கட்டங்கள் தாண்டி இன்று வந்து இருக்கிறோம்?

இன்று பெண் செய்யும் எதைத் தவறு என்பீர்கள்?

கொஞ்சம் பொறுங்கள்... இதுவும் தவறில்லை என்று அடுத்து வரும் ஆண்டுகளில் ஒப்புக்கொள்ள வேண்டி இருக்கும்...!

எல்லா நீதி நியாயங்களும் எப்போதும் எல்லோருக்கும் சமமானவை அல்லவா? பெண்ணுக்கு மட்டும் ஏன் கூடுதல் சுமைகள்?

40. வாய் வார்த்தை

என் மகன் பிறந்த சமயம் வேலை நிமித்தம் வெளியூரில் இருந்தோம். சொந்த பந்தங்கள் யாரும் இல்லாத ஊர். எதிர் வீட்டில் ஒரு பெரிய குடும்பம். என் மகனைத் தங்கள் வீட்டுக் குழந்தை போல் கொண்டாடி வளர்த்தார்கள்.

ஒரு நாள் அவர்கள் மூத்த மகள் தன் பிள்ளையுடன் தாய் வீட்டுக்கு வந்தார். இரு குழந்தைகளுக்கும் சம வயது.

வழக்கம் போல் அவர்கள் வீட்டில் இருந்த மகனைத் தூக்கப் போனவள், வாசலிலேயே நின்றுவிட்டேன். உள்ளே வாக்குவாதம் நடக்கிறது!

"என்னப்பா! எப்போப் பார்த்தாலும் எதிர் வீட்டுப் பையனையே கொஞ்சறீங்க? என் பையனைக் கீழே விட்டுட்டு அவனைத் தூக்கி சுமக்கறீங்க?"

நான் அசையாமல் நின்று விட்டேன்.

"விடும்மா... நீ ரெண்டு நாள் இருந்துட்டுப் போயிடுவ! இவன்தான் எதிர்லயே இருக்கான். என்னைத் தாத்தான்னு வாய் நிறைய கூப்பிடறான். அவனைப் போய் நான் கீழே விட முடியுமா?"

நான் அயர்ந்துபோய்விட்டேன்! என்ன மனிதர்கள்!

அவர் காலம் முடிந்த பின்பும் அந்தக் குடும்பத்தின் உறவு இன்று வரை தொடர்கிறது... எத்தனை இடம் மாறினாலும்!

தெரிந்த குடும்பம் ஒன்றில் ஒரு நாள் பிரச்னை. மருமகள் மாமியாரிடம் கேட்டாள்...

"உங்களுக்கு என்னைப் பிடிக்குமா? உங்க பொண்ணைப் பிடிக்குமா?"

"இது என்னா இப்படிக் கேட்கிற? எனக்கு என் பொண்ணுதான் முதல்ல. அப்புறம்தான் எல்லாரும்...!"

"படார்...!" ஒன்றுமில்லை...! அந்தக் குடும்பத்தில் பெரும் பிளவு வந்த சத்தம்தான் அது!

அன்று அந்த மாமியார் ஒரு கணம் யோசித்து இருக்கலாம். மணம் முடித்து வெளியூர் போய்விட்ட மகள் மீது பாசம் விடாதுதான். ஆனால் அதை மருமகளிடம் சொல்லிக்கொண்டு இருக்க வேண்டிய அவசியம் இல்லை.

"என்னைப் பிடிக்குமா?" என்ற கேள்விக்கு "பிடிக்கும்!" என்றே சொல்லி இருக்கலாம்!

ஒன்றும் குறைந்துவிடப் போவதில்லை. மாறாகக் குடும்பம் சச்சரவின்றி இருந்து இருக்கும்.

எங்கள் சிறு வயதில் தெருவில் அனைவரும் ஒன்றாய்ச் சேர்ந்து திரைப்படம் பார்க்கப் போவோம். வெகுநாள் கழித்துப் பார்க்கும் யாராவது "உங்க பொண்ணா?" என்று என்னைக் காட்டிக் கேட்டால் எதிர் வீட்டு அம்மா "ஆமாம்!" என்று சொல்லிவிடுவார்!

அது உரையாடல் தொடங்கும் நிமித்தம் கேட்கப்படும் ஒரு கேள்வி! அவ்வளவுதான்.

சில நேரங்களில் உண்மை சொல்கிறேன் என்று நான்கு பக்க வசனத்தைப் பேசுவதைவிட "ஆமாம்!" என்று ஒற்றை வார்த்தையில் முடித்துவிட்டுப் போய்விடுவது நல்லது.

அதனால் பிரச்னை குறையும்... உறவு மேம்படும் எனில் தாராளமாய்ச் சொல்லலாம்.

தெரிந்த ஆசிரியர் ஒருவர் சிறப்பு வகுப்புகள் எடுத்துக்கொண்டு இருந்தார். தனக்கு வேண்டிய மாணவியின் பேச்சைக் கேட்டு மற்றொரு மாணவியை வகுப்பில் இருந்து நிறுத்திவிட்டார்.... காரணம்கூடச் சொல்லாமல்!

ஏன் என்று கேட்ட அத்தனை மாணவர்களையும் வெளியேற்றி விட்டார்.

பல ஆண்டுகள் கழித்து அவருக்கு என்ன தோன்றியதோ... தெரியவில்லை. தான் வெளியேற்றிய மாணவிக்குக் குறுந்தகவல் அனுப்பினார். தன் எண்ணைக் கொடுத்து முடிந்தால் பேசும்படி கேட்டுக்கொண்டார்.

அந்தப் பெண் (மணி!) உடனே அலைபேசியில் தொடர்பு கொண்டு மரியாதையாகப் பேசினார். அதை ஒரு கட்டத்திற்கு மேல் அந்த முன்னாள் ஆசிரியரால் தாங்க முடியவில்லை!

"நீ ... நீங்க பேசுவிங்கன்னு நான் எதிர் பார்க்கல... Thanks...!" என்றார்.

அந்தப் பெண்மணியின் குடும்பத்திற்குச் செம்மையான கோபம்!

"எதுக்குப் பேசின? அவருக்கு மனசாட்சி உறுத்துது... நீ பேசியே இருக்கக் கூடாது!"

"சரிதான்! அவருக்கு மனசாட்சி இருக்குன்னு தெரியுது இல்ல...? அப்புறம் பேசாம எதுக்கு இருக்கணும்...? நான் பேசினது எதுவோ ஒரு நிம்மதியைக் கொடுக்கும்னா... இருந்துட்டுப் போகட்டும்...! வாய் வார்த்தையில் என்ன குறைஞ்சிடப் போறேன்...போ..!"

ஆம்...! வாய் வார்த்தைதான்! பல நேரம் பேசும்போது இது நினைவில் வருவது இல்லை! வந்துவிட்டால்... பல குடும்பங்களில் பிரச்னைகள் நிச்சயம் குறைந்துவிடும்...!

ஊரில் சொல்வார்கள்...

"வாயா...வார்த்தையா பேச எதுக்கு இப்படி யோசிக்கணும்? வெறும் வார்த்தைதானே? உங்க வீட்டுச் சொத்தா போயிடும்...? நல்லதா நாலு வார்த்த பேசு...போ...!"

❖

41. ஆமாமா... இல்லையா?

தெரிந்த மனிதர் ஒருவருக்குப் பொருத்தம் இல்லாத மனைவி. எந்நேரமும் காரணம் இல்லாத சண்டை சச்சரவுதான். அவர் நண்பர் ஒரு நாள் கேட்டார்...

"பேசாம டைவர்ஸ் வாங்கிட்டுப் போயேன்... எதுக்கு இது கூட இருந்து லோல் படற?"

"என் பொண்ணு அம்மா இல்லாம என்ன பண்ணும்? நாளைக்கு ஒரு கல்யாணம் காட்சின்னா அம்மா எங்கன்னு கேட்டுத் துளைச்சு எடுப்பாங்க. அதான் பொறுத்துப் போறேன்."

நாற்பது ஆண்டுகள் முன்பு விவாகரத்து வாங்கிய பெண்மணி ஒருவர். அப்போது என் அம்மாவிடம் சொல்லிக் கண் கலங்கிக் கொண்டு இருந்தார்...

"என் அப்பா முடிவெடுத்தா சரியா இருக்கும்னு நம்பினேன். எனக்கும் என் புருஷனுக்கும் இடையில் பெருசா ஒண்ணும் பிரச்னை இல்ல. ஆனா அந்தஸ்து காரணமா என் அப்பா அவரை மதிக்கவே இல்லைன்னு இப்ப புரியுது.

வீடு வாசல் சொத்து வேலை எல்லாம் இருக்கு எனக்கு. ஆனா... நான் தனியாத்தான் நிக்கறேன். டைவர்ஸ் வாங்காம இருந்தா நான் நல்லா இருந்திருப்பேன்... காலம் கடந்து போச்சு."

கணவன் மனைவி உறவில் மட்டும் இல்லை... எல்லா உறவுகளிலும் பிரிவு என்பது அவ்வளவு சுலபம் இல்லை.

எந்த ஒரு உறவாய் இருக்கட்டும்.

"நீங்க ரெண்டு பேரும் எந்த உரசலும் இல்லாம ரொம்ப சந்தோஷமா இருக்கீங்களா?" என்று கேட்டுப் பாருங்கள்.

உடனே "ஆமாம்!" என்று பதில் வராது!

"நான் நல்லபடியாத்தான் நடந்துக்கறேன். ஆனா பதிலுக்கு யார் எனக்கு செய்யறாங்க?" என்று ஒரு நீண்ட பெருமூச்சுடன் பதில் வரும்.

"அப்படின்னா எதுக்குக் கூட இருக்கீங்க? விட்டுப் போயிடலாம் இல்ல?"

"அய்யோ! அது எப்படி! என்னதான் இருந்தாலும் நாளைக்கு நமக்கு மனுஷங்க வேணும் இல்ல?"

"ஆமாம்! சந்தோஷமாய் இருக்கிறேன்!"

என்று சொல்லிவிட சூழ்நிலைகள் அனுமதிப்பது இல்லை.

"இல்லை! நான் பிரிந்து போகிறேன்..."

என்று சொல்லிவிட மனம் வருவது இல்லை!

இரண்டுக்கும் இடையில் அல்லாடிக்கொண்டே கழிகிறது வாழ்க்கை!

வாழ்வைச் சற்றுத் தள்ளி நின்று பார்க்கத் தெரிந்தவர்கள் அதிகம் அல்லல் படாமல் தப்பிவிடுகிறார்கள்.

பழகும் ஆட்கள் பேசும் வார்த்தைகளை அப்படியே உண்மை என்று நம்பி அதில் மூழ்கிவிடுபவர்கள் சிக்கிக்கொண்டு திணறிப் போகிறார்கள்.

அதிகம் இழையாமல் சற்றுத் தள்ளி நின்றால் தேவலாம் என்று தோன்றும். சோதனையாக ஒவ்வொரு முறையும் மனிதர்களிடம் பட்டு அனுபவித்த பிறகுதான் இது தோன்றும்...!

மாறிக்கொண்டே இருப்பதுதான் மனித குணம்... அல்லவா?

இதில் மாறாமல் அன்பு காட்டுவார்கள் என்று எப்படி எதிர் பார்க்கலாம்?

"உங்களைச் சுற்றி இருக்கும் மனிதர்களோடு நீங்கள் எப்போதும் சந்தோஷமாய் இருக்கிறீர்களா?"

"ஆமாம்!" என்று சொன்னால் நீங்கள் கொடுத்து வைத்தவர்!

து. நிபுணமதி | 105

"இல்லவே இல்லை "என்று சொன்னால்... கொஞ்சம் தேடிப் பாருங்கள். எந்த ஒரு காரணமும் இன்றி நாம் யாரும் யாரையும் சகித்துக்கொண்டே வாழ்ந்துவிட மாட்டோம்.

கண்டிப்பாய் ஒரு காரணம் இருக்கும்.

"எப்போதும் எப்படி சந்தோஷமாய் இருந்துவிட முடியும்?" என்றால்... நல்லது! இந்தப் புரிதல் இருந்துவிட்டால் நிச்சயம் கவலைகள் குறைந்துவிடும்.

ஆமாம் என்று சொல்வதற்கும் இல்லை என்று சொல்வதற்கும் இடையில் எண்ணற்ற உணர்வுகள்! அதையெல்லாம் சொல்லிவிட சொற்கள்தான் கிடைப்பதே இல்லை...!

42. நிபந்தனைகள்

அது ஒரு துக்க வீடு. இரவு நேரம். வாசலில் இறந்த அப்பாவின் முன் அமர்ந்து இருந்த மகளை ஒரு உறவினர் பெண்மணி அழைத்தார்.

"எனக்குப் பச்சத் தண்ணி ஆகாது. வெந்நீர் வச்சுக் குடு…" என்று சொல்லிக்கொண்டு சாப்பிட்டுக்கொண்டு இருந்தார்.

பல வருடங்கள் கழிந்தும் அந்த மகள் இந்தச் சம்பவத்தை மறக்கவே இல்லை. வெறுப்புடன் நினைவு கூர்வார்.

"ஒரு நாள் பச்சத் தண்ணி குடிச்சா உயிரா போயிடும்?"

திருமணம் முடிந்த தம்பதி விருந்துக்குப் போனார்கள். மணப் பெண் வெறும் ரசம் சோறு சாப்பிட்டு எழுந்தாள். இலையில் எதை வைத்தாலும்… "எனக்கு இந்தக் காய் பிடிக்காது.. எங்க வீட்டுல இப்படிப் பண்ண மாட்டாங்க… அய்ய…!"

விருந்துக்கு அழைத்து கஷ்டப்பட்டுச் சமைத்தவர்கள், இனி இவர்களைக் கூப்பிடவே கூடாது என்று முடிவு செய்துவிட்டார்கள்.

"ஒரு நாள் சாப்பிட்டா என்ன? உயிரா போயிடும்..! மரியாதையே தெரியல…"

வெளியூரில் வேலை பார்த்த மகள் தன் தாய்க்கு ஆசையாய் ஒரு புடவை எடுத்து வந்தாள். தாய் பிரித்துப் பார்த்துவிட்டு…

"இது என்ன நல்லாவா இருக்கு! காசுக்குக் கேடு! நீயே கட்டிக்க…!" என்று கொடுத்துவிட்டார்.

அந்த மகளுக்கு வெறுத்துப்போய்விட்டது!

"இந்த ஒரே புடவையைத்தான் காலத்துக்கும் கட்டப் போற மாதிரி பேசறாங்க...! எத்தனையோ இருக்கு. வாங்கி வந்த பாசத்துக்கு ஒரு நாள் கட்டினா என்ன? உயிரா போயிடும்...?"

"நான் இப்படித்தான்..!" என்று சொல்லிக் கொள்ளும் ஆட்களைப் பலரும் உள்ளுக்குள்ளாவது வெறுக்கத்தான் செய்கிறார்கள்.

தன் தேவைகள் பற்றிப் பேசாமல், தன் விருப்பம்தான் முக்கியம் என்று சொல்லாமல் இருப்பவரை எல்லோருக்கும் பிடிக்கும்!

பிடிக்கவில்லை என்றாலும் வெறுக்க மாட்டார்கள்!

ஏன் எப்போதும் நாம் அடுத்தவரிடம் நிபந்தனைகள் விதிக்கிறோம்?

நம் இருப்புக்கு ஒரு முக்கியத்துவம் வேண்டும் என்று நினைக்கிறோம்.

என் விருப்பப்படிதான் வாழ்வேன் என்று அறிவிக்க நினைக்கிறோம்.

யாராலும் என்னை மாற்றிவிட முடியாது என்பது ஒரு பெருமைப் படும் வசனம் என்று நினைத்துக்கொள்கிறோம்.

நிபந்தனைகள் இருக்கலாம். அவற்றை நமக்குள்ளே வைத்துக் கொள்ள வேண்டும். நாம் அதைப் பின்பற்றலாம்.

ஆனால்... அடுத்தவரை நிபந்தனை என்ற பெயரில் தொல்லை செய்யும் உரிமை யார் கொடுத்தது?

யோசித்துப் பார்த்தால்... எந்த நிபந்தனைகளும் அற்ற உறவும் நட்பும்தான் நமக்குப் பிடித்தவர் ஆக இருப்பார்கள்.

மனம் இயல்பாய் அவர்களைத்தான் விரும்பும்!

இதுவரை ஏதேனும் நிபந்தனை மனதில் இருக்கிறதா என்று யோசித்துப் பார்க்கலாம். அப்படி இருந்தால் ஒரு சோதனை முயற்சியாக ஒரு மாத காலத்திற்கு அதை விட்டுவிடலாம்.

பலன் இருந்தால் தொடரலாம்... இல்லையெனில் பழையபடி இருக்கலாம்...!

என்னைப் பொறுத்தவரை ஒரே ஒரு நிபந்தனை உண்டு...!

யாருக்கும் தொல்லை தராத ஒரு வாழ்வு வாழ்ந்துவிட வேண்டும்...!

❖

43. ஒரு சொல் போதும்

அது சென்னை நகரின் மையப்பகுதி. ஒரு வீட்டின் நான்கு குடியிருப்புகளில் ஒன்றில் குடியிருந்தோம். 1989 ஆம் ஆண்டில் இப்போதுள்ள அளவு திருட்டு பயம் இல்லை. யாரேனும் தலைவாசல் உள்ளே நுழைந்தால் அடுத்த வீட்டு விருந்தாளி என்று இயல்பாய் இருப்போம்.

ஒருநாள் மாலை நானும் என் கணவரும் கிளம்பி வெளியே போய்விட்டு வந்தோம். நான் வழக்கம்போல் எதிர்க் குடியிருப்பில் இருந்த பெண்ணிடம்

"லல்லி! எங்க வீட்டுக்கு யாராவது வந்தாங்களா?" என்று கேட்டேன்.

அவள் இருபது வயதுப்பெண். எதிலும் ஓர் ஆர்வத்தோடு இருக்கும் பெண்! வேகமாய் என்னிடம் வந்தாள்.

"அக்கா! நீங்க இல்லையே! அப்பா அம்மா வேற இல்ல. இன்னிக்கு சாயங்காலம் அஞ்சு மணிக்கு நம்ம வீட்டுள்ள ஒரு திருடன் வந்தான்!" என்றாள்.

எனக்கு ஆச்சரியமாகிவிட்டது!

"எப்படிக் கண்டு பிடிச்ச?" என்றேன். அவள் விவரித்து அரைமணி நேரம் சொன்ன சம்பவத்தில் எனக்குப் புரிந்தது கொஞ்சம்தான். யாரோ மேலே படியேறி வந்து எங்கள் வீட்டைத் தாண்டி மொட்டை மாடிக்குப் போய்விட்டு மீண்டும் கீழே இறங்கிப் போய்விட்டார்கள். மேலே காய்ந்த துணி எதுவும் திருட்டுப் போகவில்லை. லல்லி பார்த்துவிட்டதால் வந்த திருடன் வேகமாய்க் கீழே இறங்கிப் போய் விட்டான்.

"நீ யாருன்னு ஒரு அதட்டல் போட்டிருக்கலாம் இல்ல?"

"அய்யோ! அக்கா! அந்தத் திருடன் கருப்பா உயரமா பயங்கரமா இருந்தான்! பச்ச பேண்டு பச்சைல கட்டம் போட்ட சட்டை! அந்த முழியே சரியில்ல. எனக்குத் தெரியும் அவன் திருடந்தான்."

நான்கு வீடுகளும் கூடிக்கூடிப் பேசினோம். இனி யார் வந்தாலும் கீழ் வீட்டு ஆட்கள் யார் என்று கேட்கவேண்டும். முடிந்தளவு தலைவாசல் கதவைச் சாத்தியே வைக்கவேண்டும்.

அந்த வார இறுதியில் எங்கள் நண்பர் ஒருவர் வந்தார். காபி குடித்துவிட்டுப் புத்தகம் சினிமா என்று பேசிவிட்டுத் திருடன் வந்த கதையும் பேசினோம். ஜாக்கிரதையாக இருக்கும்படி சொல்லி விட்டுக் கிளம்பும்போது கேட்டார்...

"நான் அன்னிக்கு வந்தேன். வீடு பூட்டி இருந்துச்சு. எங்க போனிங்க?"

"அப்படியா! யாரும் சொல்லலையே..."

"எதிர் வீட்டுப் பொண்ணு எட்டிப் பார்த்துச்சே... சொல்லல?"

எனக்குச் சட்டென்று ஒரு பொறி தட்டியது!

"நீங்க அன்னிக்கு பச்ச பேண்ட் பச்ச சட்ட போட்டு இருந்தீங்களா?"

அந்த இருபத்தாறு வயது இளைஞர் _ திருமணம் ஆகாதவர் _ கொஞ்சம் பெருமையோடு கொஞ்சம் வெட்கத்தோடு கேட்டார்...

"அந்தப் பொண்ணு சொல்லுச்சா? அன்னிக்கு உத்துப் பாத்துது! எனக்குக் கொஞ்சம் வெக்கமாப் போச்சு. மாடியில் இருக்கியான்னு பார்த்துட்டு ஒண்ணும் சொல்லாமப் போயிட்டேன்!"

கால் கட்டை விரலால் தரையில் கோலம் போடாத குறைதான்! நான் பேயறைந்தாற்போலச் சில வினாடிகள் நின்றிருந்தேன்! பிறகு மெதுவாய் ஆரம்பித்து விடாமல் சிரித்துக்கொண்டிருந்தேன்!

அவருக்கு ஒன்றும் புரியவில்லை. என்ன என்ன என்று கேட்டுக் கொண்டு இருக்கிறார். பிறகு சமாளித்துக்கொண்டு சொன்னோம்...

"திருடன் கதை சொன்னோமே... அந்தத் திருடனே நீங்கதான்! நீங்க எழுதற கதைலகூட இப்படி ஒரு திருப்பம் வந்திருக்காது!"

இப்போது பேய் அவர் முகத்தில் அறைந்தது!

அடுத்த ஒருமணி நேரம் அவர் இருந்தார். அவருக்கு மனம் ரொம்பவும் காயப்பட்டுவிட்டது.

"இனிமே பாருங்க... நான் காலத்துக்கும் பச்ச சட்டை போட மாட்டேன். எந்தக் கலருமே போடமாட்டேன். இனிமே வெள்ளைச் சட்டை மட்டும்தான் போடுவேன்."

அதன் பிறகு சில மாதங்களில் நாங்கள் வேறு ஊர் சென்று விட்டோம். இருவருக்கும் பொதுவான நண்பர்களைப் பார்க்கும்போது விசாரிப்போம். அந்த நண்பர் முழுக்க வெள்ளைச் சட்டைக்கு மாறிவிட்டார்.

பல ஆண்டுகள் கழித்துப் பார்த்த போதும் அதே வெள்ளைச் சட்டை! இன்றுவரை அப்படித்தான் இருக்கிறார்.

சில நேரங்களில் நாம் படிக்கும் கற்பனைக் கதைகளை விட உண்மைச் சம்பவங்கள் ஆச்சரியம் அளிப்பவை... நம்ப முடியாதவை!

ஒரு சொல்லின் விளைவு பற்றி ஆழமாய் நான் புரிந்துகொண்டது அப்போது முதல்தான் என்று நினைக்கிறேன்.

44. வேட்டை

சுறுசுறுப்பான கல்லூரி மாணவன் ஒருவன் சங்கீதம் கற்றுக் கொள்ளப் போனான். போன இடத்தில் ஒரு சிறுமி நட்பானாள். அடுத்து வந்த நாட்களில் சிறுமியின் அம்மா இந்தப் பையனிடம் சகஜமாய்ப் பேசத் தொடங்கினார். சில நேரம் தன்னுடைய வண்டி சரியில்லை என்று சொல்லிப் பையனின் இருசக்கர வாகனத்தில் பயணம் போனார்.

பையன் தன் தாயிடம் இவை அனைத்தையும் பகிர்ந்து கொண்டான். தாயும் அந்தச் சிறுமியையும் அவள் தாயையும் வீட்டுக்கு அழைத்து வரச் சொன்னார். எல்லோரும் சேர்ந்து சாப்பிட்டார்கள். அடிக்கடிப் பையனின் வீட்டுக்கு வரத் தொடங்கினார்கள். சிறுமியின் அப்பா மும்பையில் இருப்பதாய் அந்தப் பெண் (சிறுமியின் தாய்) சொன்னார்.

ஒருநாள் மருத்துவமனைக்குப் போகத் துணைக்குப் பையனை அழைத்துப் போனார் அந்தப் பெண். பையன் வந்து தாயிடம் சொன்னான் "பாவம்மா அந்த ஆன்டி! பயந்து போய் என் தோள்ல சாஞ்சிக்கிட்டே இருந்தாங்க. இத்தனை வயசுக்கு என்னம்மா இப்பிடிப் பயப்படறாங்க?" பையனின் அம்மாவுக்கு சுரீரென்று ஏதோ உறைத்தது. சுதாரித்துக்கொண்டவர், அந்தப் பெண் அழைத்தால் எங்கும் போகவேண்டாம் என்று பையனை எச்சரித்தார். தன் விசாரணையைத் தொடங்கினார்.

அதிர்ச்சிகரமான தகவல்கள் வெளிவந்தன. அந்தப் பெண் விவாகரத்து ஆனவர். கல்லூரி செல்லும் பையன்களை மிகப் பிடிக்கும். தனியாய் அழைத்துச்சென்று பயன்படுத்திக்கொள்வது வாடிக்கை. தன் மீது சந்தேகம் வராமல் இருக்க, முதலில் அவன்

வீட்டுக்கும் போய் நட்பு பாராட்டுவது உண்டு. விஷயம் தெரிந்த பிறகு அந்தப் பெண் அழைத்தால் பையன் வீட்டில் யாரும் பதில் சொல்லவில்லை. சங்கீத வகுப்பின் நேரத்தை மாற்றிக் கொண்டார்கள்.

ஒருநாள் அந்தப் பெண் பழங்கள் வாங்கிக்கொண்டு பையனின் வீட்டுக்கு வந்தார். பையனின் அம்மா எதிர்கொண்டு வரவேற்றார். "பையன் வெளிய போயிருக்கான் மா! ஆனாலும் உனக்கு அவன் மேல ரொம்பப் பாசம்! அந்தக் காலம் மாதிரி சீக்கிரம் கல்யாணம் ஆகியிருந்தா உனக்கும் இப்படி ஒரு புள்ள இருந்திருப்பான்! பரவாயில்ல விடு... எம்பையன் உனக்கும் புள்ள மாதிரித்தான்!"

அந்தப் பெண் "புள்ளையா? அய்யோ!" என்றார்! முகத்தில் ஈயாடவில்லை! சட்டென்று கிளம்பிப் போனவர்தான். அதன் பிறகு வரவேயில்லை!

இதைப் படிப்பவர்கள் "எல்லாம் இந்த Facebook, twitter பண்ற வேலை..." என்று திட்டத் தொடங்கிவிடாதீர்கள்! இது நடந்தது பதினைந்து ஆண்டுகளுக்கு முன்பு!

அந்தப் பையனைத்தான் நான் முதலில் பாராட்டுவேன்! எல்லாவற்றையும் தன் தாயிடம் அவன் சொல்லவேதான் அந்தப் பெண்ணின் வலையில் விழாமல் தப்ப முடிந்தது.

இந்நிகழ்வைக் கேள்விப்பட்டபோது முதலில் மிகுந்த அதிர்ச்சியாக இருந்தது. ஒரு பெண்... அதிலும் ஒரு தாய் இப்படிச் செய்வாளா? என்ற கேள்வி எழுந்தது. அப்போது அவ்வளவாய் எனக்கு உலக அனுபவம் கிடையாது. (இப்போது மட்டும் என்னவாம்?) இப்படியும் மனிதர்கள் இருப்பார்களா என்று நினைத்துத் தூக்கமே வரவில்லை.

பெண் குழந்தைகளைப் பெற்றவர்கள் மட்டும்தான் மிகுந்த கவனமுடன் இருக்க வேண்டும்... அவர்களைக் கவர்ந்து செல்ல ஆண்கள் காத்திருக்கிறார்கள் என்று அதுவரை மனதில் இருந்த எண்ணம் பொடிப் பொடியாக உதிர்ந்து போனது. ஆண் என்ன? பெண் என்ன? எப்போதும் கவனமுடன் பாதுகாக்க வேண்டியது பெற்றோர் கடமை என்றாகிவிட்டது. நல்ல சமத்துவம்!

❖

து. நிபுணமதி | 113

45. நம்மோடு நாம்

என் அம்மா தன்னைச் சுற்றி இருந்தோரிடம் என்னைப் பற்றி அலுத்துக்கொள்வார், “பழமும் பாலுமா கொடுக்கிறேன். எத்தனை பாட்டில் டானிக்! ஆனா பாருங்க... இது ஒடம்பு சதை பிடிக்கவே மாட்டேங்குது.” ஆமாம்! அப்படி ஒரு காலம் இருந்தது!

முதல் குழந்தை பிறந்ததில் ஏற்பட்ட சிக்கலால் என் இருபத்து நான்கு வயதில் என் எடை இருமடங்காகி விட்டது. முகத்தில் அவ்வளவாக மாற்றம் இல்லை. எனவே அடையாளம் தெரியும். பார்த்தவர்கள் எல்லோரும் முதலில் என் எடை குறித்துதான் விசாரிப்பார்கள். பல ஆண்டுகள் தொடர்ந்த பிரச்னையால் மாத்திரைகள் எடுத்து ஒரு கட்டத்தில் 97 கிலோவரை போயிருக்கிறேன். (நல்ல வேளை! அந்த மருந்தை நிறுத்திவிட்டார்கள்! பிறகு கொஞ்சம் குறைந்தேன்.) அப்போது இருந்த மன அழுத்தத்தை எப்படிச் சொல்வது என்றே தெரியவில்லை.

“சாப்பாட்டைக் குறை!”

“மதியம் தூங்காதே!”

என்ன செய்கிறேன் என்று பார்க்காமலே அறிவுரை அள்ளி வழங்குவார்கள். உள்ளே அப்படியே ஒரு கொலை வெறி வரும்! வெளியே சிரித்தபடி பதில் சொல்லிக் கடந்துபோவேன்.

உடல்நிலை சரியில்லை என்றால் அதை வெளியில் யாரிடமும் சொல்லப் பிடிக்காது எனக்கு.

மருத்துவர்கள் “உடம்புத் தோற்றம் ஒரு பொருட்டே இல்லை. நோய் இல்லாமல் வாழ்ந்தாலே போதும் என்று நினை” என்று சொல்வார்கள். ஆனால் அது அவ்வளவு சுலபமாய் இல்லை. கண்ணாடியில் பார்க்கவே பிடிக்காது! என் புகைப்பட ஆல்பங்களைப் பார்த்தால் “யாரிது!” என்று எனக்கே அதிர்ச்சியாய் இருக்கும்!

என் பிள்ளைகளுக்கு என் குண்டான உருவம் மட்டும்தான் தெரியும் என்பதால் அவர்கள் அதை இயல்பாய் எடுத்துக் கொண்டார்கள். அது ஒன்றுதான் ஆறுதல்!

மெல்ல மெல்ல ஒரு கட்டத்தில் நான் அந்தத் தோற்ற மாற்றத்தை ஏற்றுக்கொள்ளப் பழகிவிட்டேன். எல்லோர் உருவமும் மாறும். என்ன ஒரு சோகம் எனக்குச் சீக்கிரம் மாறிவிட்டது என்று நினைத்துக்கொள்வேன். அதன் பிறகு எது செய்தாலும்... (நடைப் பயிற்சி, உணவின் மீதான கவனம்) அது அழகின் பொருட்டல்ல... ஆரோக்கியத்தின் பொருட்டே என்ற புரிதல் வந்துவிட்டது.

இன்று ஒரு செய்தி இதை எல்லாம் நினைக்கவைத்துவிட்டது. தலைக்குச் சாயம் அடிப்பதால் புற்று நோய் உட்பட நாற்பது நோய்கள் வருமாம். வயது கூடியபின் நரை வருவது இயல்பு அல்லவா? அதை எதற்கு மெனக்கெட்டு மறைக்க வேண்டும்? இருந்துவிட்டுப் போகட்டுமே?

அந்தந்த வயதுக்குரிய மாற்றங்கள் எல்லோருக்கும் பொது அல்லவா? அதற்கு ஏன் நாண வேண்டும்? நெருங்கிய தோழிகளிடம் சொன்னால் "உனக்கு நரைக்கலன்னு ஜாலியா இருக்க. இரு. எனக்கொண்ணும் அட்வைஸ் பண்ண வேணாம்!" என்று கோபித்துக் கொள்கிறார்கள். என்ன செய்வது? உண்மையிலேயே அக்கறையாகச் சொல்கிறேன் என்று விளங்கவைக்க முடியவில்லை.

சில ஆண்டுகள் முன்பு ஒரு பெண்மணி சொன்னார் " நிபு! நீங்க அப்படியே இருக்கீங்க! மாறவே இல்ல!"

நான் உண்மையைச் சொன்னேன்...

"எனக்கு இருபத்து நாலு வயசுலயே நாப்பது வயசு உருவம் வந்தாச்சு! நீங்கள்லாம் ஒவ்வொரு வயசா ஏறி வரீங்க! அதான் வித்தியாசம்!"

நம்மை மீறி நம் தோற்றத்தில் மாற்றங்கள் நிகழும்போது அதை ஏற்றுக்கொண்டு கடந்துபோவதே நல்லது. செயற்கையைத் துணைக்கு அழைக்காமல் இயல்பாய் இருப்பது உடம்புக்கு நல்லது. என்ன ... அதற்கு நாம் கொஞ்சம் போராட வேண்டும். யாரோடா? நம்மோடுதான்!

அழகைவிட ஆரோக்கியம் முக்கியம் அல்லவா?

❖

46. உயிரோவியம்

தவறாமல் வார இதழ்களைப் படிக்கும் காலம் ஒன்று இருந்தது. அவற்றில் வரும் தொடர்கதைகள் நம்மோடு ஒன்றிப் போயின. அந்தக் கதாபாத்திரங்களோடு நாம் வாழ்ந்தோம் என்று சொன்னால் அது மிகையில்லை. தொடருக்கு ஓவியர்கள் வரைந்த ஓவியங்களும் சேர்ந்து நம்மைக் கவர்ந்தன. அப்படிக் கவர்ந்தவர்களில் முக்கியமானவர் ஓவியர் லதா.

அவர் சாண்டில்யனின் சரித்திரக் கதைகளுக்கு வரைந்த ஓவியங்கள் எனக்கு மிகவும் பிடிக்கும்! பெண்களின் கூந்தல் அலங்காரத்தை... நெற்றியில் விழும் ஒற்றைச் சுருளை... மை தீட்டிய விழிகளை... கல் பதித்த நகைகளை நுட்பமாக வரைவார்! ஒருமுறை நந்தவனத்தில் ஓர் இளவரசியை வரையும்போது கொடி வீட்டையும் கொடியில் பூத்த மலர்களையும் அத்தனை அழகாய் வரைந்து இருந்தார்! அந்தப் பூக்களின் மீது வைத்த கண்ணை எடுக்கவே முடியவில்லை!

அம்மாவிடம் அந்தப் பூவின் பெயரைக் கேட்டேன். அம்மாவுக்குத் தெரியவில்லை. ஏழாம் வகுப்புச் சிறுமி என்ன செய்ய முடியும்? அது நிஜமான பூவா... கற்பனைப் பூவா என்று கூடத் தெரியவில்லை. ஆனால் அந்தப் பூங்கொத்து அப்படியே மனதில் பதிந்துவிட்டது.

என் பிள்ளைகளைப் பள்ளியில் சேர்க்கச் சென்னை வந்த பிறகு ஒரு நாள் இரவில் நடந்துபோகும்போது ஒரு வாசனை வந்தது. ஆழ இழுத்து முகர்ந்தால் கிறங்கடிக்கும் வாசனை! மறுநாள் வெளிச்சத்தில் நடந்து போய் அந்த வாசனை வந்த வீட்டைப் பார்த்தேன்! ஆஹா! ஓவியர் லதாவின் ஓவியம் உயிர் பெற்றுச் சிரித்துக்கொண்டிருந்தது! அதை night queen என்றார்கள். இரவு ராணி! (இந்தப் பெயர்கூடச் சாண்டில்யனின் நாவலின் பெயர் போல்

ஒலித்தது எனக்கு!) அதன் பிறகு புத்தகத்தில் படித்துத் தெரிந்து கொண்டேன்... அதன் பெயர் ரங்கூன் மல்லி! இந்தியில் மது மாலதி!

வீடு கட்டும்போது நானூறு சதுர அடி தோட்டம் வேண்டும் என்று நினைத்து இருந்தோம். ஆனால் கடைசியில் கிடைத்தது என்னவோ கிட்டத்தட்ட நூறு சதுர அடி இடம்தான். அதில் மா, தென்னை போன்ற மரங்கள் வைக்க முடியாது. குத்துச் செடிகள் வைத்தால் பூச்சிகள் இருப்பிடம் ஆகிவிடும். இது வேறு பாம்புகள் நடமாடும் பூமி! எனவே மூளையைக் கசக்கி (!) யோசித்து, பூங்கொடிகள் வைத்து வளர்க்கலாம் என்று முடிவு செய்தேன். இரண்டு நித்தியமல்லி, (இது இருந்தால்தான் அது நம் வீடு என்று யாரோ என் மனதில் ஆழப் பதித்துவிட்டார்கள்) ஒரு முல்லை, அப்புறம் நம் ரங்கூன் மல்லி என்று தேடிப் பிடித்து நட்டு வைத்தோம். மீதி உள்ள இடத்தில் ஒரு கொழுக்கட்டை மந்தாரை, வெற்றிலைக் கொடி. ஒரு முருங்கையும் உண்டு. பூச்சி வந்தால் வெட்டிவிடுவோம். அது துளிர்க்கும்போது பறித்து விடுவோம்.

கொடிகள் வளர்ந்ததும் இரும்புக் கம்பம் நட்டு, மேலே உள்ள பெர்கோலாவில் ஏற்றிவிட்டோம். (கான்கிரீட் கட்டங்கள்!) இப்போது வேரும் தண்டும் மட்டும் கீழே இருக்க, கொடிகள் முழுக்க மாடியில் பரவிக் குளுமையாய் இருக்கின்றன! பார்ப்பவர்கள் எல்லாம் ரங்கூன் மல்லியை வியக்காமல் போவதில்லை!

புதிதாய் வீட்டுக்கு வருபவர்கள் "இந்தப் பூவை வச்சே வீடு அடையாளம் கண்டுபிடிச்சேன்!" என்பார்கள்.

ஆம்...! வீட்டின் அடையாளமாகவே மாறிப்போய்விட்டது.

கிட்டத்தட்ட நாற்பதாண்டுகள் கழித்து...

மனதில் இருந்த பூ நிஜத்தில் பூத்துக் குலுங்குகிறது! ஓவியர் லதா இந்தப் பூவை வரையும்போது நினைத்து இருப்பாரா?... தன் படத்தைப் பார்த்த ஒரு சிறுமி அதை மறக்காமல் தேடிப் பிடித்து வளர்த்து வருவாள் என்று?

47. அந்தக் காலத்திலே...!

நகரத்தில் வாழும் சிறு குடும்பம். அந்த வீட்டின் இரண்டு குழந்தைகளுக்கும் தேர்வு நேரம். சனிக்கிழமை இரவு அம்மா கூடுதல் நேரம் பிள்ளைகளுக்கு சொல்லிக் கொடுத்துவிட்டுப் படுத்தார். ஞாயிறு விடியல் ஐந்தரை மணிக்குத் தொலைபேசி அடித்தது. எல்லோர் தூக்கமும் கலைந்தது.

அம்மா எடுத்துப் பேசினார். எதிர்முனையில் பேசியது அம்மாவின் முன்னாள் தோழி! அதாவது நீண்ட வருடங்களாய்த் தொடர்பில் இல்லாத தோழி! அம்மா கொட்டாவியை அடக்கிக் கொண்டு பேசினார்... "சொல்லு! என்ன இவ்வளவு காலைல?"

"எவ்வளவு நேரமா கதவத் தட்டறது? மாடில இருக்கியா?"

"என்னது...?" அம்மாவுக்குத் தூக்கிவாரிப் போட்டது! அப்பா கிண்டலாய்ச் சிரித்துவிட்டு "enjoy!" என்று நன்றாகப் போர்த்திக் கொண்டு தூக்கத்தைத் தொடர்ந்தார்.

அம்மா அவசரமாய் இறங்கி வந்து கதவைத் திறந்தார். தோழியின் குடும்பம் காரில் இருந்து இறங்கியது. தோழி சத்தமாய்,

"இன்னுமா நீ வாசல் தெளிக்கல? மணி ஆவல?" என்றார். அம்மாவுக்கு நைட்டியோடு எல்லோர் முன்பும் வர நேர்ந்த சங்கடம் ஒரு பக்கம்... பல்கூடத் தேய்க்காமல் பேசுவதன் சங்கடம் மறு பக்கம். மென்று விழுங்கியபடி "என்ன திடீர்னு? நேத்தே ஒரு ஃபோன் பண்ணி இருக்கக்கூடாதா? சரி...அட்ரஸ் எப்படிக் கிடைச்சுது? இருங்க... காபி போடறேன்..."

"ஃபோன் பண்ணாம வரக் கூடாதா என்ன? ஒரு கல்யாணத்துக்கு வந்தோம். அங்க போய்ச் சாப்பிட்டுக்கிறோம். உங்க வீட்டுக்காரர் பிள்ளைங்க எல்லாரையும் கூப்பிடு! பாத்துட்டுக் கிளம்புறோம்!"

"ராத்திரி பன்னெண்டுக்கு மேல ஆயிடுச்சு... பசங்க படிச்சுட்டுத் தூங்கறாங்க. அவருக்கு இன்னிக்கு ஒரு நாள்தான் லீவு. அவரும் இப்ப எழுந்துக்க மாட்டாரு..."

தோழி தன் குடும்பத்திடம் திரும்பி "நல்லா பார்த்துக்கோங்க! இதான் சிட்டி! நம்ம வீட்ல நா இந்நேரம் வாசல் தெளிச்சிக் கோலம் போட்டு இட்லியே ஊத்திட்டு இருப்பேன்! இங்க பாத்தியா? (அம்மாவிடம் திரும்பி) நீ என்ன டிஃபன் செய்வியா இல்ல ஓட்டல் தானா? சரி... உங்கம்மா எப்படி இருக்காங்க?"

அந்த அம்மாவுக்கு என்ன பேசுவது என்றே ஒரு வினாடி புரியவில்லை. சொல்லாமல் கொள்ளாமல் வந்துவிட்டு எத்தனை குற்றச் சாட்டுகள்! நேரம் ஆகிறது என்று அந்தத் தோழி (!) புறப்பட்டுச் சென்ற பிறகுதான் "அப்பாடா!"என்று இருந்தது!

"அந்தக் காலத்துல ஃபோன் இருந்துதா என்ன? யார் வீட்டுக்கு வேணாலும் எப்போ வேணாலும் போவோம்! வருவோம்! இப்போ அப்படி முடியுமா? ஏன் சொல்லாம வந்தன்னு கேட்கிறாங்க." இந்த வசனம் எல்லா இடங்களிலும் உலவுகிறது!

மதிப்பிற்குரிய ஐயா! அம்மா! அந்தக் காலத்தில் ஒரு வீட்டில் குறைந்தது பத்துப் பேர் இருந்தார்கள். எல்லோரும் ஒட்டு மொத்தமாக வெளியே போகமாட்டார்கள். வீட்டுக்குக் காவலாய் யாராவது இருப்பார்கள். எனவே சொல்லாமல் போகலாம். சாவகாசமாய்த் தங்கிவிட்டு வரலாம். இப்போது வீட்டில் இருப்பதே இருவர் அல்லது மூவர். எந்த நேரம் வீட்டில் இருப்பார்கள் என்று யாருக்குத் தெரியும்?

அலைபேசியில் அழைத்துச் சொல்லிவிட்டுப் போகலாம்... தப்பில்லை. அவர்கள் வீட்டில் பொருட்கள் இறைந்து கிடக்கலாம்... வீட்டை அந்தக் கோலத்தில் பார்ப்பது அவர்களுக்குச் சங்கடமாய் இருக்கலாம். அதைச் சரி செய்யும் அளவுக்காவது அவர்களுக்கு நாம் அவகாசம் தர வேண்டும் அல்லவா? வருபவர்களை உபசரிக்கத் தின்பண்டம் வாங்க நினைக்கலாம்... அதை எல்லாம் விடுங்கள்...! பல்லைத் தேய்த்துவிட்டுக் குளித்து, ஒரு புடவையைக் கட்டும் அளவு நேரம் தரக் கூடாதா?

அந்தந்தக் காலத்துக்கு ஏற்ப நாமும் மாறிக்கொள்ளத்தான் வேண்டும். "அந்தக் காலத்துல...." என்று இழுத்துப் பேசிக் கொண்டு இருந்தால்.... நம்மைப் பின் தள்ளிவிட்டு எல்லோரும் முன்னால் போய்விடுவர்!

❖

48. பழக்கத்தின் அடிமைகள்

என் பள்ளிக் காலத்தில் சுற்றி இருக்கும் யாருக்கும் காய்ச்சல், அம்மை வராமல் இருக்க வேண்டும் என்று தினமும் நினைத்துக் கொள்வேன். தப்பித் தவறி அவை வந்து, அது என் அம்மா காதில் விழுந்துவிட்டால் என் கெட்ட நேரம் ஆரம்பித்துவிட்டது என்று அர்த்தம். மறுநாள் விடியலில் வேப்பிலை, சீரகம் சேர்த்து அம்மியில் அரைத்து ஒரு உருட்டு உருட்டுவார் பாருங்கள்... அப்போதே என் வயிறு வாய்க்கு வந்துவிடும்! என் வாயைத் திறக்கச் சொல்லி, "ஒரு சின்ன உருண்டையை முழுங்க எத்தன பிடிவாதம்? முழுங்கு!" என்று என் வாயில் பெரிய நெல்லிக்காய் அளவு உருண்டையைப் போடுவார்! கிராமங்களில் சாணியை வைக்கோல் கலந்து உருட்டி இலாவகமாய்ச் சுவரில் அடிப்பார்கள் தெரியுமா? அது வேறு அப்போது என் நினைவில் வந்து தொலைக்கும்! நாள் முழுக்க எதைத் தின்றாலும் குமட்டிக்கொண்டு வரும். ஆனால் என் அம்மாவைப் பொறுத்தவரை அது சர்வரோக நிவாரணி!

என் தோழி ஒருவர் இருக்கிறார். தலைவலி என்றதும் உடனே சொல்லுவார்... "நீங்க என்ன பண்றீங்க... தினம் நல்லெண்ணெய் தேய்ச்சுத் தலை குளிங்க! தலைவலியே வராது!"

"யம்மா! போன மாசம் எனக்கு வயித்து வலி வந்த போதும் இதையேதான் சொன்ன!"

"உடம்புல வர எல்லா நோய்க்கும் காரணம் வாத பித்த ..."

"அய்யோ! விட்ரும்மா! அது பாட்டுக்கு வலிச்சுட்டுப் போவுது!"

நோய் மருத்துவம் என்று வரும்போது இப்படி ஏதாவது ஒன்றில் சிக்கிக்கொள்வோம். நம் உடம்பைப் பொறுத்தவரை ஒரு சிகிச்சை நமக்குச் சரியாகவே இருக்கும். சில நேரம் அந்தச் சிகிச்சையால்

நமக்குக் குணமாகிவிட்டதாய் ஒரு பிரமைகூட இருக்கலாம். ஆனால் நாம் அதைக் கெட்டியாய்ப் பிடித்துக்கொள்வோம். பிறருடைய உடல்நிலை, வாழ்க்கைச் சூழல் இவற்றிற்கு அதே மருத்துவம் பலன் அளிக்காது என்பதைப் புரிந்துகொள்ளமாட்டோம்.

நாமே மெல்ல மெல்ல ஒரு மருத்துவராக மாறி ஆலோசனைகளை அள்ளி வழங்க ஆரம்பித்துவிடுவோம். உண்மையில் இது போன்ற சிந்தனை நமக்கே நல்லதில்லை. மற்றவர்களுக்குக் கண்டிப்பாய் நல்லதில்லை!

போகட்டும்... விடுங்கள். நாம் இன்னொரு சம்பவத்தைப் பார்ப்போம். என் பிள்ளைகள் பள்ளிக்குச் சென்றிருந்தபோது என் அம்மா ஊரிலிருந்து வந்தார். பைகளைப் பிரித்து ஒவ்வொன்றாய் எடுத்து வைத்தார். தட்டை, ஓமப்பொடி, மாம்பழம்... சட்டென்று எழுந்து "இரு.. உடையாம இருக்கணும்னு ஹேன்ட் பேக்கிலேயே வச்சுக்கிட்டு வந்தேன்..."

நான் ஆவலுடன் "லட்டா? ரவை உருண்டையா?" என்று எழுந்து போய்க் கையை நீட்டினேன்... அந்தச் சோகத்தை ஏன் கேட்கிறீர்கள்?

"இங்க அம்மி ஏது? அதான் அரச்சு வெய்யில்ல காய வச்சு எடுத்து வந்தேன்... இந்தா!" என்று வேப்பிலை உருண்டையை என் கையில் வைத்தார்!

நேற்று உதவியாளர் மோகனா "அம்மா! ஒரே தலைவலி!" என்றார். நான் உடனே "ஒரு தம்ளர் தண்ணில நாலைஞ்சு பல் பூண்டு தட்டிப் போட்டு ஆவி பிடி! சரியாப் போயிடும்!" என்றேன்!

"அம்மா! நீங்க காதுவலிக்குத்தான இந்த மாதிரி ஆவி பிடிச்சீங்க?"

"ஆமா! காதும் தலையும் ரொம்ப தூரத்திலயா இருக்கு? ஆவி பிடி... எல்லாம் சரியாப் போவும்!"

அடக் கடவுளே! என்ன நடக்கிறது எனக்கு?

❖

49. சூப்பர்! செம!

கிராமத்தில் ஐம்பதாண்டுகளுக்கு முன்பு ஒரு காட்சி. ஏற்றம் இறைத்து வயலுக்கு நீர் பாய்ச்சியபடி ஒரு இளைஞன் பாடுகிறான்...

"ஆலம் விழுது போல அந்தப் புள்ள தலமயிரு! தூக்கி முடிக்கையிலே தூக்கணத்தான் கூடு போலே...!"

அவன் பார்த்த பெண்ணை எத்தனை அழகாய் வர்ணிக்கிறான்! அந்தப் பெண்ணின் கூந்தல் நம் மனக்கண்ணில் காட்சி தரவில்லையா?

எங்கள் வீட்டில் ஒரு விசேஷம். வந்த ஆசிரியை ஒருவர் "அடடா! காபி கள்ளிச் சொட்டு மாதிரில்ல இருக்கு! ரெண்டு நாளைக்கு ருசி போகாது போங்க!" என்றார். நான் அப்போது சிறுமி. அம்மாவிடம் அதற்கு அர்த்தம் கேட்டுத் தெரிந்துகொண்டேன்.

"புடவைன்னா வழவழன்னு இருக்கணும்! கட்டினா அப்படியே துவளணும்! அது புடவை! என்னமோ மொடமொடன்னு கட்டிக்கிட்டு வரா!"

இன்னும் எத்தனையோ சொல்லிக்கொண்டே போகலாம். சாப்பாட்டு ருசி தொடங்கி சகலத்தையும் நாம் இப்போது இரண்டே வார்த்தைகளில் விமர்சித்து முடித்துவிடுகிறோம். அவை "சூப்பர்!" "மொக்கை!" அப்புறம் "செம!"

முதலில் சொன்ன பெண்ணை "சூப்பர்" என்றால் அதிலிருந்து என்ன புரிந்துகொள்ள முடியும்?

காபி சூப்பர்! புடவை சூப்பர்!

மாற்றங்கள் தேவைதான். ஆனால் இரசனை என்பதே இன்று சுருங்கிவிட்டதோ என்று தோன்றுகிறது.

ஒரு உணவைக்கூட விமர்சிப்பதில், அதிலுள்ள தவறு, அதையும் சரி செய்யும் முறை என்று ஆழ்ந்து யோசித்துப் பேசும் பேச்சாளர்கள் அல்லவா நாம்?

"குழம்புல ஒரு கல்லு உப்பு கம்மியா இருக்கு. போட்டுக் கலக்கு!"

"பொரியல்ல உப்பு கொஞ்சம் துடிக்க இருக்கு. தேங்கா துருவித் தூவு." இந்த வசனங்களை எல்லாம் சிறு வயதில் கேட்டு வளர்ந்த வர்கள்தானே நாம்?

மெல்ல மெல்ல எப்போது நாம் மாற ஆரம்பித்தோம்? எல்லாவற்றையும் இரண்டே வார்த்தைகளில் சொல்லிவிட்டுப் போனால் நம் மொழி என்ன ஆகும்? ஒரு சொல்லுக்குப் பல பொருள்களும் ஒரு பொருளுக்குப் பல சொற்களும் கொண்ட அழகிய மொழி அல்லவா நம் தமிழ்? அதை இரசித்துப் பேசி நம் அடுத்த தலைமுறைக்கும் கடத்தலாமே!

நாம் இதைச் செய்யாவிட்டால் மொழி வளராமல் பரவாமல் தேங்கிப் போய்விடும். மொழி மட்டும் இல்லை... இரசனையும் தான்.

"ஆமாம்! செய்வோம்!" என்கிறீர்களா? அருமை...! செம்மையாய்ச் செய்வோம்! நாளை முதல்...!

50. உள்ளளவும் நினைத்தல்

பெரியவனுக்கு அம்மை போட்டபோது அவனுக்கு ஒன்பது வயது. எரிச்சல் அதிகம் இருந்தது. தெரிந்தவர் ஒருவர் உப்பின்றி உணவு கொடுக்கச் சொன்னார். அப்படிக் கொடுத்தபோது எரிச்சல் சட்டென்று குறைந்தது. ஆனால் உப்பில்லாமல் சாப்பிடப் பிள்ளை கஷ்டப்பட்டான். சட்டென்று நான் முடிவு செய்தேன்... பிள்ளை உப்பு சாப்பிடும்வரை நானும் உப்பு சாப்பிடப் போவதில்லை என.

அந்த ஒரு வாரம் நிறைய விஷயங்களைப் புரிய வைத்தது என்றே சொல்ல வேண்டும். அதுவரை உப்பைப் பற்றி அவ்வளவெல்லாம் யோசித்தது கிடையாது. என்ன... ஒருநாள் முழுக்க அரைத்தேக்கரண்டி ... சரி... ஒரு தேக்கரண்டி உப்பு சாப்பிடுவோமா? அது என்ன பெரிய விஷயம்? அதைச் சாப்பிடா விட்டால் என்ன ஆகிவிடப் போகிறது? என்றுதான் சிந்தனை ஓடியது. ஆனால் மூன்றாம் நாளே உடம்பு சோர்ந்து போய்விட்டது. அக்கம்பக்கம் இருந்த தோழிகள் ஆச்சரியப் பட்டனர்!

"என்னது! இப்படி வாடிப் போயிருக்க?"
ஊரிலிருந்து வந்த என் அம்மா ஒரே திட்டு!

"என்ன பண்ற நீ? இந்தக் காலத்துல இந்த விரதம்லாம் தேவையா? ஒழுங்கா உப்பு சேரு. வேலை செய்யத் தெம்பு வேணாம்?"

"இது விரதமில்ல. நான் சாப்பிடறது பார்த்து பையனும் அதைச் சாப்பிடறான். அவ்வளவுதான்... சும்மா இரு."

ஒரு வாரம் கழித்துப் பிள்ளைக்குத் தலைக்கு ஊற்றி உப்புப் போட்டுச் சாப்பிடக் கொடுத்துவிட்டு, என் தட்டில் இருந்து எடுத்து வாயில் வைக்கிறேன்... எப்படிச் சொல்வது? நாக்கு அகமகிழ்ந்து உணவை ஆர்வத்துடன் சுவைக்கிறது!

அதன் பிறகுதான் யோசித்தேன்... ஆறு சுவைகளையும் சாப்பிடாமல் எத்தனை நாள் இருக்க முடியும்?

இனிப்பு எத்தனை நாள் வேண்டுமானாலும்.

துவர்ப்பு அதே!

கசப்பு அதே!

புளிப்பு சில வாரங்கள்

காரம் சில நாட்கள்

உப்பு ஒரு வேளைகூடக் கஷ்டமாகத்தான் இருக்கிறது!

மனிதர்களைக்கூட இப்படி வகை பிரிக்கும் பழக்கம் எனக்கு இருக்கிறது!

சிலர் கூடவே இருப்பார்கள். எந்த முக்கியத்துவமும் இல்லாத மாதிரிதான் ஒரு தோற்றம் இருக்கும். அவர்கள் நம்மோடு இருக்கும்வரை அவர்கள் இருப்பைப் பெரிதாய் மதிக்கமாட்டோம். ஆனால் அவர்கள் பிரிந்து போனால்தான் அவர்கள் அருமை நமக்குத் தெரியும்! அதுவும் நிரந்தரப் பிரிவென்றால்... அய்யோ பாவம் நாம்.

சுற்றி இருப்பவரை "என்னவோ சேர்ந்து வாழறோம்... அதுக்கென்ன இப்போ?" என்று சலிப்போடு எதிர்கொள்ள வேண்டாமே. ஒரு நிமிடம் நிறுத்தி நிதானமாய் "இவர் இல்லாவிட்டால் நாம் என்ன செய்வோம்?" என்று யோசித்தால் உடன் வாழ்பவர்களின் அருமை நமக்குப் புரியலாம்.

அந்தப் புரிதல் வந்துவிட்டால் உடனிருப்போரை இன்னும் கொஞ்சம் அதிகமாய் நேசிக்கலாம்!

உப்பிட்டவரை உள்ளளவும் நினை! என்பார்கள். வெறும் உப்புக்கே அப்படி என்றால்...? உப்பாய்த் தன்னைக் கரைத்துக் கொண்டு உடனிருப்போர் வாழ்வை ருசியாக்கும் மனிதர்கள் ஒவ்வொரு வீட்டிலும் உண்டே!

அவர்களை என்ன செய்யலாம்?

அவர்கள் இருக்கும்வரையாவது அவர்கள் செயலை நினைத்து நன்றியோ அன்போ பாராட்டலாம். அதைவிட வேறென்ன வேண்டும்...வாழ்வு கூடுதலாய் ருசிக்க?

❖

51. தோற்றுப் போனவர்கள்

நிகழ்ச்சி 1. சந்தடி மிகுந்த நகரத்தின் ஒரு புகைவண்டி நிலையத்தில் நம் நண்பர் தன் இளவயது நண்பனை அடையாளம் கண்டுபிடிக்கிறார். உற்சாகமாய்ப் பேசியவரை அந்தப் பள்ளித் தோழன் உற்சாகமே இன்றி எதிர்கொள்கிறார். அலைபேசி எண் கேட்பதற்குள் வந்த வண்டியில் ஏறிப் போய்விடுகிறார். நம் நண்பருக்கு எப்படி இருக்கும்? அவர் ஆதங்கத்துடன் சொல்கிறார் "அவனுக்கு ஸ்கூல் படிக்கும்போதே திமிர் அதிகம். தான் பணக்கார வீட்டுப் பிள்ளைன்னு தலைக்கனம்! இப்பவும் அப்படியே போறான் பாரு!"

நிகழ்ச்சி 2. ஒரு கல்யாண வீட்டில் நம் தோழி வெகுநாள் கழித்து ஒரு பெண்மணியைச் சந்திக்கிறார். இருவரும் தங்கள் பிள்ளைகளைப் பள்ளியில்விட ஒன்றாகச் சென்றவர்கள். இப்போது நம் தோழிக்கு இரண்டு பேரக் குழந்தைகள்! எவ்வளவு விஷயங்கள் இருக்கும் பேச? ஆனால் நம் தோழியை அந்தப் பெண்மணி கண்டு கொள்ளவே இல்லை! இரண்டொரு வார்த்தைகள் பேசிவிட்டு அந்த இடத்தைவிட்டே போய் விடுகிறார். நம் தோழிக்கு ஒரே கோபம்! பொருமித் தள்ளுகிறார்.

"கழுத்துல நாலு நகை ஏறினதும் அவளுக்குக் கண்ணு தெரியாம போச்சு! பாஞ்சு வருஷம் முன்ன விடாம பேசிக்கிட்டு நிப்பா! இப்போ பாரு... என்ன திமிரா போறா!"

கேட்கும் நமக்கு நம் நண்பரும் நம் தோழியும் சொல்வது சரி என்றுதானே தோன்றும்? நாமும் கூடச் சேர்ந்து சொல்வோம்... "ப்பா! எவ்வளோ திமுரு!"

கொஞ்ச காலம் கழித்து இந்தச் சந்திப்புகள் கை கால் முளைத்து ஊரைச் சுற்றி வந்து முடித்தபோது இரண்டு விஷயங்கள் தெரிய வந்தன.

நிகழ்ச்சி ஒன்றில் நம் நண்பர் சந்தித்த அந்தப் பள்ளித் தோழன் தெரிந்தவர் யாரிடமும் பேசுவது இல்லை. ஏனெனில் அவர் மனைவி அவரை விட்டுவிட்டுப் போய்விட்டார். அந்த நினைவில் தேவையில்லாமல் ஒரு தாழ்வு மனப்பான்மையில் சிக்கிக் கொண்டவர், யாரிடமும் பேசித் தன் வாழ்வைச் சொல்ல விரும்புவது இல்லை.

நிகழ்ச்சி இரண்டில் நம் தோழி சந்தித்த பெண்மணியின் மகளுக்குக் குழந்தை இல்லை. எனவே அந்தப் பெண் எதிர் கொண்டு போராடும் வேதனைகள் ஏராளம். அவற்றை எல்லாம் யாரிடமும் பகிர்ந்துகொள்ள அந்தக் குடும்பம் விரும்பவில்லை.

நம் தோழியிடம் நின்று பேசினால் "எப்படி இருக்க?" என்பது முதல் கேள்வி. அடுத்த கேள்வி? ஆம் ... அதேதான்! "உன் பொண்ணுக்கு எத்தனை குழந்தைகள்?" இந்தக் கேள்வியைத் தவிர்க்க அவர் விரைந்து அவ்விடத்தை விட்டு நீங்கிவிடுகிறார்.

இதை எல்லாம் கேட்ட பிறகு நம் எதிர்வினை என்ன? "அடடா! பாவமே! இது தெரியாம தப்பா நினைச்சிட்டோமே!"

ஒரு காலத்தில் நம்முடன் பழகியவர்கள் இப்போது நம்மை நெருங்காமல் இருக்க ஆயிரம் காரணங்கள் இருக்கலாம். ஆனால் நாம் ஒரே காரணம்தான் சொல்லுவோம்... "திமிர்!"

அடுத்த முறை இப்படி யாராவது விலகிப் போனால் அவரை விட்டு விடுங்கள். அவர்கள் வாழ்வில் தோற்றுப் போனவர்களாக இருக்கலாம். அல்லது அப்படித் தாங்கள் தோற்றுப் போனதாய் நினைத்துக்கொண்டவர்களாகவும் இருக்கலாம்.

❖

52. கூண்டுக்கிளி

இதமான வெயில் காயும் தை மாதத்தின் ஒரு மதிய வேளை. தாம்பரத்தில் இருந்து கடற்கரைவரை செல்லும் இரயிலில் தனியாய் ஒரு பயணம். எதிர் இருக்கையில் என் வயதுப் பெண்மணி (அப்போது நாற்பத்து ஐந்து!) ஒருவர் வந்து அமர்ந்தார். சுரிதார் அணிந்திருந்த அவர் கட்டம் போட்ட என் புடைவையை உற்றுப் பார்த்துக்கொண்டே வந்தார். அடுத்த நிறுத்தம் வருவதற்குள் சிரித்தபடி என்னிடம் பேசத் தொடங்கிவிட்டார்.

"உங்களை ஒண்ணு கேட்கணும். தப்பா நினைக்காம பதில் சொல்லுங்க!" என்றார்.

"கேளுங்க! "என்றேன்!

"உங்க புடவையைப் பார்த்துட்டுதான் உங்ககிட்ட உட்கார வந்தேன். இதே மாதிரி ஒரு புடவையைப் பொங்கலுக்கு எங்க அம்மாவுக்கு எடுத்துக் கொடுத்தேன். இது வயசானவங்க (!) கட்டற மாதிரி இருக்குன்னு ஒரே சண்டை! அதே புடவையை நீங்க எப்படி கட்டி இருக்கீங்க? எனக்கு ஒரே ஆச்சரியமா இருக்கு!"

நான் சிரித்துக்கொண்டே கேட்டேன்...

"ஏன்... எனக்கு இது நல்லா இல்லைன்னு நீங்க நினைக்கிறீங்களா?"

"அய்யோ! இல்ல! உங்களுக்கு ரொம்ப அழகா இருக்கு! அதான் எப்படின்னு யோசிக்கிறேன்!"

"இது என் *friend* எனக்கு வாங்கிக் கொடுத்த புடவை! அதை சந்தோஷமா கட்டி இருக்கேன். ஆசையா வாங்கித் தரும்போது அதில் கலரோ டிசைனோ பார்க்கத் தோணாது... இல்லையா? பிடிச்சுப் போய்க் கட்டும்போது எதுவுமே அழகாத்தான் இருக்கும்."

“உங்க வீட்டுக்காரர் இதை நல்லா இல்லேன்னு சொல்லிட்டா என்ன பண்ணுவீங்க?”

“அவர் கூடப் போகும்போது மட்டும் இதைக் கட்டமாட்டேன்! அவ்வளவுதான்!”

“நான் ஒரு குர்தா எடுத்தேங்க. பாதம் வரை வரும். அதை என் வீட்டுக்காரர் நைட்டி மாதிரி இருக்குன்னு கிண்டல் பண்ணார். அப்படியே தூக்கிப் பீரோல வச்சுட்டேன். ஒரு தடவைகூடப் போடல. அப்பப்போ எடுத்துப் பார்த்துட்டு வச்சிடுவேன். இப்போ உங்ககிட்டப் பேசுன அப்புறம் உடனே போய் அதைப் போட்டுக்கிட்டு வெளிய வரணும்னு தோணுது...” என்று முன்னால் சாய்ந்து என் கைகளைப் பற்றிக்கொண்டார். “*Thanks*...” என்றார்.

எனக்கும் சிறு வயதில் இது நிகழ்ந்து இருக்கிறது. எனக்கு ஒரு ஆசிரியையை மிகவும் பிடிக்கும். ஏழாம் வகுப்பில் இருந்த நான், புத்தாடை அணிந்தால் அவர் அருகில் போய் அடிக்கடி நின்று கொள்வேன்!

“அட! புதுசா? நல்லா இருக்கே!” என்று சொல்வார். எனக்கு மகிழ்ச்சியில் மனம் நிரம்பிவிடும்.

ஒரு நாள் இள மஞ்சளில் ஒரு சட்டை புதிதாய் அணிந்து கொண்டு போனேன். ஆசிரியை கவனிக்கவே இல்லை. மதியம் உணவு உண்ட பிறகு பாத்திரத்தை எடுத்துக்கொண்டு போய் என் அம்மாவிடம் கொடுப்பேன். அம்மாவின் பக்கத்திலேயே அன்று அவர் அமர்ந்து இருந்தார். நான் தயக்கத்தைவிட்டு “ டீச்சர்! என் புதுச்சட்டையைப் பார்க்கவே இல்ல நீங்க...” என்று சொல்லி விட்டேன்.

அவர் என்னைப் பார்த்துவிட்டு என் அம்மாவிடம் “என்ன தமிழம்மா! புதுசு மாதிரியே இல்ல. எங்க துணி எடுத்தீங்க?” என்று கேட்டுவிட்டார்! என் அம்மாவின் பதிலுக்குக் காத்திராமல் நான் அந்த இடத்தைவிட்டு நகர்ந்துவிட்டேன்.

அதன் பிறகு அந்தச் சட்டையைப் பிடிக்கவே இல்லை எனக்கு! அணிய மாட்டேன் என்று ஒதுக்கவும் முடியாது. குறைவான எண்ணிக்கையில் சட்டைகள் இருக்கும்போது ஒரு புதிய சட்டையை வீம்புக்குப் போடாமல் இருக்க முடியாது. அது அப்படியான காலம். அதை அணியும் போதெல்லாம் ஒரு வித சோகம் என்னைக் கவ்விக் கொள்ளும். பதினொரு வயதின் சோகங்கள்!

நாம் எல்லோரும் அப்படித்தான்...! இல்லையா? ஊரே கூடி அழகென்று சொன்னாலும் நாம் நமக்குப் பிடித்தவரின் பாராட்டுக்குக் காத்திருப்போம்! அவர் சொல்வதே வேத வாக்கு! அந்த ஒருவர் எதிர்மறையாய்ச் சொல்லிவிட்டால் நம் உலகம் இருண்டுவிடும்!

ஒரு விதத்தில் பார்த்தால் அப்படி மனதுக்கு நெருக்கமாய் ஒருவர் இருப்பது சிறப்புதான்! ஆனால் அப்படி ஒருவரைச் சார்ந்தே நம் விருப்பு வெறுப்புகளை அமைத்துக்கொள்வது நமக்கு நல்லதில்லை.

"எனக்குப் பிடித்ததைச் செய்ய முடியவில்லையே..." என்ற மன உளைச்சல் நம் மகிழ்வைக் குலைத்துவிடும். கணவனோ மனைவியோ... மற்றவர் விருப்பத்தின்படியே நடந்துகொள்ள வேண்டும் என்று நினைப்பது... நாமாகப் போய் ஒரு கூண்டில் நுழைந்து பூட்டிக்கொள்வதற்குச் சமம்!

விரும்பிக் கூண்டின் உள்ளே இருப்பதும் வெளியே வந்து பறப்பதும் அவரவர் விருப்பம்! உள்ளே மாட்டிக்கொண்டோமே என்று வருத்தப்படாதவரை இங்கு எல்லாமே சரி!

53. நடிப்போ நிஜமோ...!

சில ஆண்டுகளுக்கு முன்பு தற்செயலாய் ஒரு சந்திப்பு நிகழ்ந்தது. நான் சந்தித்த பெண்மணி அதற்கும் முன்பு எனக்குப் பழக்கமாகிப் பின்பு தொடர்பற்றுப் போனவர். தொலைபேசி அவ்வளவாய்ப் புழங்காத காலத்தில் தொடர்பு அறுந்து போவது சகஜம்தானே?

அவர் என்னிடம் பழகும் விதம் பார்த்து என் வீட்டினர் சில நேரம் கிண்டல்கூடச் செய்வார்கள்! "ஏது...! ஓவர் உருகலா இருக்கே!" அது உண்மையும்கூட!

"உன்னை என் அம்மா ஸ்தானத்துல வச்சிருக்கேன் ... தெரியுமாடி!" என்பார்!

அப்புறம் என்ன? வழக்கம் போல்தான் எல்லாம் நடந்தது! "கையில காசு இருக்கு. ஆனா உறவுன்னு யாருமே இல்ல. நீதான் முன் நின்னு செய்யணும்!" என்றார். இது போதாதா எனக்கு! பதிலுக்கு ஒரே பாச மழைதான்! கூப்பிட்ட குரலுக்கு ஓடிப்போய் நின்று உதவி... பேசி... அவர் குழந்தைகளின் திருமணம், குழந்தைப் பிறப்பு எல்லாவற்றையும் பார்த்து முடித்தாயிற்று. (வழக்கம் போல் பார்த்துப் பார்த்து பரிசுப் பொருட்களும் கொடுத்தாயிற்று!)

சில ஆண்டுகள் கழிந்தன. எங்கள் வீட்டில் விழாக்கள் வர ஆரம்பித்தன. எதற்குமே அவர் வரவில்லை! எனக்கு ஒரே கோபம்! அலைபேசியை அவர் எடுக்கவே இல்லை. நான் விடாமல் முயற்சிக்க, ஒரு நாள் எடுத்தார். வராததற்குக் காரணம் கேட்டேன். பேச்சு அப்படியே மாறிப் போய்விட்டது!

"நானே வேலை வேலைன்னு ஓடிக்கிட்டிருக்கேன்... இதுக்கெல்லாம் எனக்கு நேரம் கெடையாது. சொன்னாப் புரிஞ்சுக்கணும்!" தொடர்பு துண்டிக்கப்பட்டது! எல்லாத் தொடர்பும்!

அதற்குப் பிறகே எனக்குப் புரிந்தது. இவர் குணத்துக்கு யாரும் இவரைச் சீண்டவில்லை. தேடி வந்தார். தேவைகள் தீர்ந்த பிறகு எதற்கு நடிப்பது? கழன்றுகொண்டார்! பிறகே இன்னும் சிலரையும் அவர் பயன்படுத்திக்கொண்டது தெரியவந்தது.

என்ன செய்யலாம்? ஒரு தேநீர் வேளையில் நானும் கணவரும் பேசிக்கொண்டிருந்தோம். மனிதர்கள் எப்படி எல்லாம் நடிக்கிறார்கள்? நாம் எப்படி அதை நம்புகிறோம்? அவர் சொன்னார் "இவங்க எல்லாம் ஒரு ஆளைப் பார்க்கும்போது இப்படித்தான் பேசணும்னு தெளிவா இருப்பாங்க. பார்க்கற கொஞ்ச நேரத்துல உனக்குப் பிடிச்ச மாதிரி பேசிட்டுப் போயிடுவாங்க. அதான் அவங்க பண்ற முதலீடு."

போகட்டும்... அப்படி நடித்து வாழ்வை ஓட்ட வேண்டிய துர்பாக்கிய நிலை நமக்கு வராததற்கு நன்றி சொல்வோம் என்று நகர்ந்துவிட்டேன்.

நாளை யாராவது வந்து "உன்னை எனக்கு எவ்வளவு பிடிக்கும் தெரியுமா?" என்றால்... நிச்சயம் சந்தேகப்படமாட்டேன்! நம்புவேன்! பதிலுக்கு முழு மனசாய் எனக்குத் தெரிந்த விதத்தில் அன்பு செலுத்துவேன்!

பழகும் எல்லோரையும் சந்தேகப்பட்டால் நாம் எப்போதுதான் மனதாரப் பழகுவது? உண்மையாய்... அன்பாய்ப் பழக வரும் ஒருசிலரை அனாவசிய சந்தேகத்தால் நாம் இழந்துவிடக் கூடாது அல்லவா?

நடிப்போ நிஜமோ... அவை அந்தந்த நேரத்து நியாயங்கள்! நிஜம் என்று நம்பும் நாமும் நடிப்பதும் நியாயம்தான் என்று நம்பும் எதிராளியும் சேர்ந்து அந்த நேரத்தை அன்பாகவே கடந்து போகிறோம்!

54. திரை அரங்கு

எங்கள் தெருவில் ஒரு பெண்மணி இருந்தார். தினமும் மதியம் ஒன்றரை மணி வாக்கில் கிளம்பிப் போய் விடுவார்... திரைப்படம் பார்க்க! நம்புங்கள்... நிஜம்தான்! இத்தனைக்கும் அப்போது எங்கள் ஊரில் இரண்டே இரண்டு திரை அரங்குகள்தான் இருந்தன. பார்த்த படங்களையே சலிக்காமல் பார்ப்பார். சிறுமியான எனக்கு ஏக்கமாகக்கூட இருக்கும்!

பகல் காட்சியில் அதிக அளவில் பெண்கள் இருப்பார்கள். இரண்டு மூன்று பேராய்ச் சேர்ந்து போய் வருவார்கள். மாலைக் காட்சியில் குடும்பமாய் வருபவர்கள் நிறைந்து இருப்பார்கள். இரவுக் காட்சியில் அநேகமாய் ஆண்கள் மட்டுமே இருப்பார்கள்.

ஒருமுறை தனம் அக்கா வந்து அம்மாவிடம் சொன்னார், "நல்ல சாமிப் படமாம்! இன்னிக்கே எடுத்துடுவானாம்! நாங்க போறோம்... நிபுவை அனுப்புங்க." நான் பாதி நேரம் அவர்கள் வீட்டில்தான் இருப்பேன். அம்மா "என்ன சாமிப் படமோ! சரி... போய் வாங்க. ராத்திரி நேரம்... ஜாக்கிரதை!" என்று சொல்லி அனுப்பிவிட்டார்.

அரங்கில் நுழையும்போதே கொஞ்சம் வித்தியாசமாக இருந்தது. ஒரே கூச்சலும் விசிலுமாய் ஆண்கள் கூட்டம். நான் அப்போது பத்தாம் வகுப்புப் படித்துக்கொண்டிருந்தேன். அக்காவின் பெண் ஐந்தாம் வகுப்பு. சுற்றும் முற்றும் பார்த்தால் நாங்கள் மூவர் மட்டுமே பெண்கள்! அக்காவுக்கு அப்போதே லேசாய்க் கிலி பிடித்துக்கொண்டது!

ஒருவழியாய்ப் படம் தொடங்கியது. அப்படி ஒன்றும் நன்றாக இல்லை. வந்த கொட்டாவியை அடக்கிக்கொண்டிருந்தபோது திடீரென்று ஒரே விசில் சத்தம்! திரையில் பார்த்தால் மரத்தின்

கீழே மாட்டிக்கொண்ட நாயகியை நாயகன் காப்பாற்றப் போராடிக் கொண்டு இருக்கிறார்! அரங்கு முழுக்க ஒரே ஆர்ப்பரிப்பு! அக்கா திடுக்கென்று எழுந்தார்!

கணவர் பக்கம் திரும்பி "வாங்க! போயிடலாம்..." என்றார். ஒரு சின்ன சண்டை போட்டு அரங்கின் வெளிக்கதவைத் திறக்க வைத்து வீடு வந்து சேர்ந்தோம்.

அம்மா "என்ன ஆச்சு? அரைமணியில வந்துட்டீங்க?" என்றார். தனம் அக்கா திட்டிய திட்டை எல்லாம் இங்கே எழுதவே முடியாது! அப்படி ஒரு திட்டு! இதில் வேடிக்கை என்னவென்றால், ஒன்றும் புரியாமல் நான் ஒரு பக்கம் "படம் போர்தான்! ஆனா அக்கா எதுக்கு இப்பிடி திட்டிக்கிட்டு இருக்காங்க? எதுக்குப் பாதியிலயே கூட்டிக்கிட்டு வந்துட்டாங்க?" என்று நை நை என்று அரித்தது தான்! அப்புறம் அம்மா என் அரிப்பு தாங்காமல் "பேசாம வாய மூடிக்கிட்டுத் தூங்கு!" என்று எரிந்து விழுந்தார்! நான் கப்சிப்பென்று ஆகிவிட்டேன்!

அப்போது கொண்டாட்டம் என்பதே திரைப்படம் பார்ப்பதுதான்.

அந்தக் காலகட்டத்தில் இருந்த ஒரே பொழுதுபோக்கு திரைப் படங்கள்தான். தொலைக்காட்சி வராத காலம். பெரும்பாலும் வருமானம் குறைவுதான். ஆனால் அதற்குள் அடங்கிப் போனது திரைப்படச் செலவு. மிகக் குறைந்த கட்டணம்தான். நிறையக் குடும்பங்கள் வாரம் ஒரு திரைப்படம் குடும்பத்துடன் பார்ப்பார்கள். குடும்பப் படம், சண்டைப் படம், அழுகைப் படம், நகைச்சுவைப் படம் என்று பல விதங்களில் படங்கள் எடுப்பார்கள். (மோசமான படங்களும் உண்டு! நான் பார்த்த மாதிரி!)

இன்றைய நிலை? திரை அரங்கின் கட்டணம் பார்த்தால் "இவ்வளவா...!" என்று இருக்கிறது. கூடவே கார் நிறுத்தக் கட்டணம் வேறு. இதில் தண்ணீர் பாட்டில்கூட எடுத்துப் போகக் கூடாது. (நம் கைப்பையைச் சோதிக்க ஆட்கள் உண்டு!) உள்ளே குளிர்பான விலை கேட்டால் தலை சுற்றிவிடுகிறது! சோளப் பொரி வாங்கும் செலவில் ஒருவேளை உணவு உண்டுவிடலாம்! இந்த அழுத்தங்கள் நம்மைச் சுற்றிக்கொள்ளும்போது நிம்மதியாய் சந்தோஷமாய் எப்படி ஒரு திரைப் படத்தைப் பார்த்து அனுபவிக்க

முடியும்? "சீக்கிரம் முடியுதா பாரு! இதான் கடைசி! இனிமே இந்த மாதிரித் தியேட்டர் பக்கம் வரவே கூடாது!"

எப்படியும் தொலைக் காட்சியில் வரப் போகிறது. அப்போது பார்த்துக்கொள்ளலாம் என்று ஆகிவிட்டது. அதிலும் நிறையப் படங்கள் வீட்டில் இருந்தபடி பார்க்கக் கூடப் பிடிக்காத தரத்தில் இருக்கின்றன. பெரிய நடிகர்கள் நடித்து பெரும் பொருட் செலவில் எடுத்த படம் என்கிறார்கள்! வெறும் வன்முறைக் காட்சிகள்! கதை என்பது மருந்தளவுகூட இல்லை! இவர்கள் இந்தத் திரைப்படங்கள் மூலம் என்ன சொல்ல வருகிறார்கள் என்றே புரியவில்லை எனக்கு! அதைவிட ஆச்சரியம் இதைத் திரை அரங்குக்குப் போய் எப்படிப் பார்க்கிறார்கள் என்பது!

இதே நிலை நீடித்தால்.... சில ஆண்டுகள் கழித்து "அப்பவெல்லாம் சினிமா தியேட்டர்னு ஒண்ணு இருக்கும்! அங்க போய்த்தான் சினிமா பார்க்கணும்!" என்று அடுத்த தலைமுறைக்குக் கதைகள் சொல்லவேண்டி வரலாம்!

55. பழங் கணக்கு

தெரிந்த பெண்மணி ஒருவர் புலம்பியது இன்னும் நினைவில் இருக்கிறது. அப்போது நான் பதின் வயதுச் சிறுமி.

உறவினர் ஒருவருக்கு இந்தப் பெண்மணி முன் நின்று பணம் வாங்கிக் கொடுத்து இருக்கிறார். அவர் திருப்பித் தரவே இல்லை.

பெண்மணி தன் நகைகளை விற்றுக் கடன் அடைத்தார்.

ஆங்காரமாய்ச் சொல்வார்...

"கடைசி பஸ்ஸில வந்து இறங்குவான். அப்பதான் பாலுக்குப் பொறை ஊத்திட்டுப் படுக்கப் போயிருப்பேன். உடனே அதை எடுத்து லேசா சூடு பண்ணிக் குடுப்பேன்.

காசு இல்லன்னா கேக்க மாட்டான். "அக்கா... உன்ன விட்டா யாருமில்லக்கா! கொஞ்சம் உதவி பண்ணு" ன்னுவான்.

கடைசில பால் குடிச்ச வீட்டுக்குப் பகை நினைச்சு போயிட்டான். விளங்குவானா பாரு...!"

ஒரு ஆள் இன்னொருவரிடம் இனிக்கப் பேசினால் நாம் போய் ஆயிரம் அறிவுரை சொல்வோம்.

ஆனால் அதே ஆள் நம்மிடம் அப்படிப் பேசினால் ... எந்த உதவியும் செய்யத் தயாராகிவிடுவோம்!

"யாருமே என்னைப் புரிஞ்சுக்கல!" என்று சொன்னால் ... புரிந்து கொள்ளும் அறிவு நமக்கு மட்டுமே இருப்பதாய் நம்பி விடுகிறோம்!

"யார் கிட்டயும் உதவி கேக்கவே பிடிக்காது எனக்கு! ஆனா அது என்னமோ உன்கிட்ட மட்டும் உரிமையா கேக்கறேன்!"

ஆஹா! நம்மிடம் மட்டும் நெருக்கமாய்ப் பழக ஒரு ஆள்! என்று உடனே அக்கறைப்பட ஆரம்பித்துவிடுவோம்!

ஏதோ காசு பணம் என்று ஏமாந்தால்கூடப் பரவாயில்லை. அன்பு பாசம் என்று நம்பித் தன் வாழ்வையே தொலைத்தவர்கள் எத்தனை பேர்?

பெரிய அளவில் மட்டும் இல்லை... சிறிய அளவில் அன்றாடம் அதிகம் பேர் ஏமாந்துகொண்டுதான் இருக்கிறோம். அவை எல்லாம் பெரும்பாலும் நம் கவனத்துக்கே வராமல் போய்விடும்! ஏனெனில் அவையனைத்தும் அன்பு பாசம் கடமை என்ற முகக் கவசங்கள் அணிந்து இருக்கும்!

"அப்படி என்றால் அன்பின் நிமித்தம் யாருக்கும் எதுவும் செய்யவே கூடாதா?"

செய்யலாம்... செய்யுங்கள்... செய்யத்தான் வேண்டும். ஆனால் அவை குறித்த ஒரு புரிதல் கட்டாயம் வேண்டும்.

நெருங்கிய உறவு... கடன் கேட்கிறார்கள். என்ன செய்யலாம்?

எந்த அளவு பணம் உங்களால் சும்மா தர முடியும்? திரும்ப வராவிட்டாலும் பரவாயில்லை என்று நீங்கள் நினைக்கும் அளவு பணத்தைக் கொடுங்கள். வந்தால் மகிழ்ச்சி! வராவிட்டால் ... பரவாயில்லை.

உறவுகளுக்கு உழைத்துக்கொண்டு இருக்கிறீர்களா? உங்களால் முடிந்த அளவுக்கு மட்டுமே செய்யுங்கள். அது உங்கள் வாரிசே ஆனாலும் கஷ்டப்பட்டு செய்யாதீர்கள்.

அவர்கள் உங்கள் கடைசிக் காலத்தில் உதவுவார்கள் என்று எதிர்பார்த்துச் செய்யாதீர்கள்.

உங்கள் உழைப்பைத் தானமாய் அளித்துவிட்டுச் செல்லுங்கள்.

அதே போல் அன்பையும் அக்கறையையும்கூடத் தானம் போல் பாவித்துக் கொடுத்துக்கொண்டே செல்லுங்கள்.

மனம் இலேசாகி இருக்கும். பதிலுக்கு எதிர்பார்க்கும் மனம்தான் பாரம் சுமக்கும்.

து. நிபுணமதி | 137

இதுவரை மனதில் சுமந்திருந்த ஏமாற்றக் கதைகள் அனைத்தையும் கூட்டிப் பெருக்கி மனதிற்கு வெளியே தள்ளிவிடுங்கள்!

அதெல்லாம் பழங்கணக்கு...!

அந்த அனுபவத்தையும் மனதில் கொண்டு புதிதாய் ஒரு கணக்குத் தொடங்குவோம்.

வரவை எதிர்பார்க்காத கணக்கு!

எல்லாமே செலவுதான்!

நம்மால் முடிந்த செலவு மட்டுமே!

முடியாத ஒன்றை "முடியவில்லை!" என்று சொல்லிவிட்டு ஒதுங்கிவிடுவோம்.

இப்படிக் கொஞ்ச நாள் வாழ்ந்துவிட்டுப் பிறகு "பழங்கணக்கு" பார்க்கலாம்! அப்போது எந்தக் கசப்பும் இல்லாமல் அது இனிப்பாகவே இருக்க வாய்ப்புண்டு...!

56. கடைசியாய் ஒரு விடுதி

என் தோழி சொல்லுவார், "நிபு! நமக்கு வயசாகும்போது நாமெல்லாம் ஒண்ணா இருக்கலாம். பசங்க வந்து பாத்துட்டுப் போகட்டும்!" நான் கற்பனையை விரிப்பேன்... "ஆமா! அது சரிதான். நாம ஒரு பெரிய வீடா பார்ப்போம். சமையலுக்கு ஆள், டிரைவர், தேவையானா ஒரு நர்ஸ்... எல்லாத்துக்கும் ஆள் வச்சுட்டு ஜாலியா பேசிச் சிரிச்சுக்கிட்டு இருக்கலாம்!"

ஆனால் இது நடக்கிற கதையா என்ன!

பிறந்து வளர்ந்த ஊரிலேயே கடைசி வரை வாழும் வாழ்வு நம்மில் எத்தனை பேருக்கு வாய்க்கிறது? வெளியூர் சென்றுதானே சம்பாதிக்க முடிகிறது! இதில் பெற்றோருடன் கூடவே இருப்பதும் அசாத்தியம் ஆகிவிடுகிறது. பெரும்பாலும் பெற்றோர் தங்கள் ஊரை விட்டுப் பிரிய, பிரியப் படுவதில்லை. கூட உறவினர் இருந்தால் பரவாயில்லை. இல்லை என்றால் கஷ்டம்தான்.

நகரத்தில் பிள்ளை, பெண் இருந்தாலும் அவர்களுடன் தங்குவதில் பிரச்னைகள் உண்டு. எல்லோரும் வெளியில் போனபின் பெரியவர்கள் இருவரும் தனித்திருக்க வேண்டும். திடீரென உடம்பு முடியாவிட்டால் பிரச்னை. என்ன செய்வது?

நல்ல முதியோர் இல்லங்கள் ஒரு நல்ல தீர்வாக இருக்கும். ஆனால் அந்தப் புரிதல் நம்மிடையே எப்போது வரும் எனத் தெரியவில்லை. முதியோர் இல்லம் என்றாலே, அது ஒரு தண்டனைக் கூடம் என்று மக்கள் பயந்து போகிறார்கள்.

நல்ல சுத்தமான அறை. சுற்றிலும் தன் வயதேயான மக்கள். ஆரோக்கியமான உணவு. சுற்றிலும் கண்ணுக்குக் குளிர்ச்சியாக

தோட்டம். கூடிப்பேச நட்புகள். காலாற நடக்க இடம். மருத்துவ உதவிக்கு அருகிலேயே மருத்துவர். இத்தனையும் இருந்தால் அங்கு வாழ்க்கை நிம்மதியாய் இருக்கும்.

"என்ன? பெற்ற பிள்ளைகளை விட்டுவிட்டா?" என்று கேட்டால்... ஆம்! பெற்ற குழந்தைகள் தங்கள் வாழ்வை ஓட்ட ஓடவேண்டுமே? அவர்கள் வெளிநாட்டில் இருந்தால், பெற்றோர் அங்கு நிரந்தரமாய்த் தங்குவது சிரமம். பழகிய ஊரை விட்டுப் பிரிவதும் கடினம். நகரத்தில் வாழ்பவர்களும் ஓடுவதில் சளைத்தவர்கள் இல்லை. அவர்கள் வீட்டில் அமர்ந்து ஒரே இடத்தில் வெறித்துப் பார்த்துக்கொண்டு இருப்பதற்கு முதியோர் இல்லத்தில் சுறுசுறுப்பாய் இருக்கலாம்.

அதற்கு நாம் முதலில் செய்ய வேண்டியவை சில இருக்கின்றன.

1. நமக்குத் தெரிந்தவர் முதியோர் இல்லம் போக வேண்டி இருந்தால் "உச் உச்" என்ற அனுதாபம் வேண்டாம்.

2. அவர்களுடைய குழந்தைகள் பொறுப்பு அற்றவர்கள் என்று பேசவோ நினைக்கவோ வேண்டாம்.

3. "பொண்டாட்டி பேச்சைக் கேட்டு அம்மாவைத் துரத்திட்டான்!" என்ற ஆங்காரம் வேண்டாம். (பாவம்! அந்தப் பிள்ளை எங்கும் ஓட முடியாது என்பதைக் கவனத்தில் கொள்ளவும்!)

4. கடைசியாய் முக்கியமான ஒன்று! முதியோர் இல்லம் சம்பந்தமான, மனதைப் பிழியும்... கண்ணீரைக் கக்க வைக்கும் உணர்ச்சி பூர்வமான "வாட்ஸ் அப்" கதைகளைப் படிக்காமல் இருக்கவும்!

பாலர் பள்ளி, பள்ளி விடுதி, கல்லூரி விடுதி, உழைக்கும் பெண், ஆண் விடுதிகள் இவற்றில் எல்லாம் நாம் மகிழ்வாய் இல்லையா என்ன? நம் அவசியம் கருதி அவற்றில் வாழத்தானே செய்கிறோம்? அந்த வரிசையில் முதியோர் இல்லத்தையும் சேர்த்துக்கொள்ளலாம். தப்பில்லை! ஆமாம்தானே?

❖

57. எருக்கஞ்செடி

வீட்டிற்கு எதிர்ப்புறம் ஓர் எருக்கஞ்செடி முளைத்துத் தளதளவென்று இருக்கிறது. இன்னும் மொட்டுக் கூட வரவில்லை. ஆனால் அதைப் பார்த்ததும் "வெள்ளெருக்கம் சடைமுடியான் வெற்பெடுத்த திருமேனி..." என்ற இராமாயணப் பாடல் மனதில் ஓடுகிறது. "கள்ளிருக்கும் மலர்க் கூந்தல் சானகி மேல் வைத்த காதல் உள்ளிருக்குமோ என்று துழவியதோ, ராமனின் அம்பு!" பல்வேறு வடிவங்களில் இராமாயணம் இருக்கிறது. அதில் ஒன்று ஜைன இராமாயணம்.

அதன்படி சீதை இராவணனின் மகள்! அவள் பிறந்தவுடனே ஜாதகம் குறித்தவர்கள் "இந்தப் பெண்ணால் இலங்கை அழியும். எனவே கொன்றுவிடு" என்று சொல்லிவிடுகிறார்கள். இராவணனுக்குக் கொல்ல மனம் வரவில்லை. காட்டில் கொண்டு போய் விட்டுவிடச் சொல்கிறான். அந்தக் குழந்தையை ஜனகன் எடுத்து வளர்த்தது தெரியும்தானே?

நேரில் சீதையைப் பார்த்ததும் இராவணனுக்கு இனம் புரியாத பாசம் வருகிறது. அவன் அடிமனதிற்கு ஒருவேளை மகள் என்று புரிந்துவிட்டிருக்கலாம். அவன் கொண்டது அளவற்ற அன்பு. அது நிச்சயம் காமம் கிடையாது. கடைசியில் சோதிடம் பலித்து இலங்கை அழிந்தது!

தமிழாசிரியையான என் அம்மாவும் பல மொழிகள் கற்ற... கலையார்வம் கொண்ட... சோதிடமும் கற்ற என் அப்பாவும் இதையெல்லாம் எனக்குச் சொன்னபோது நான் பள்ளி மாணவி.

ஒரு புத்தகம் தரும் அனுபவம் என்பது ஆளாளுக்கு வேறுபடும். அவரவர் வளர்ந்த சூழல், மனநிலை பொறுத்தது அது. இதில் இந்தப் புத்தகம் இப்படி இருக்கிறது என்று எப்படிச் சொல்வது?

விமர்சனம் என்பது ஒரு கலை. அது எல்லோருக்கும் வந்து விடாது. "நீங்கள் ஏன் விமர்சனம் செய்வதில்லை?" என்று பலர் கேட்டுவிட்டார்கள். "எனக்குத் தெரியாது!" என்று உண்மையைச் சொல்லி விடுகிறேன்!

இந்தப் புத்தகம் எனக்குப் பிடித்திருந்தது என்று சொன்ன உடனே நான்கு பேர் வந்து "எனக்குப் பிடிக்கவில்லையே? அது எப்படி உங்களுக்குப் பிடித்தது?" என்று கேட்பார்கள்! பதில் சொல்லாமல் கடந்து போகலாம் என்றாலும் சிறிது நேரமாவது நம் மன அமைதி கெடும். எனவே நான் திரைப்படம், புத்தகம் எதையும் விமர்சனம் செய்வதில்லை.

எருக்கஞ்செடி பார்த்ததும் சிலருக்குப் பிடுங்கிவிடத் தோன்றலாம். அது பூத்த பிறகு காணும் சிலருக்குப் பிள்ளையாருக்குப் போடும் மாலை நினைவுக்கு வரலாம். என்னைப் போல் சிலருக்கு இராமாயணப் பாடலும் நினைவுக்கு வரலாம்.

அவரவர் மனதைப் பொறுத்தே எல்லாம் அமைகிறது. செடி என்பது வெறும் செடிதான்! இல்லையா?

142 | தீஞ்சுனை நீர்

58. நிறைநீர நீரவர் கேண்மை...

எனக்கு இன்னும் மறக்காத பெயர் "ஜெயராமன் மாமா!". வீட்டில் நுழையும்போதே "கெம்பு!" என்று அழைத்தபடி வருவார். என் சிறு வயதில் நான் அதை ஆச்சரியமாய்ப் பார்ப்பேன்! ஏனெனில் என் அம்மாவை யாரும் பெயர் சொல்லி அழைத்து நான் பார்த்ததில்லை. அம்மா பெயர் கம்பீரம். தமிழாசிரியை. ஜெயராமன் மாமா ஆண்டுக்கு ஒரு முறையோ இரு முறைகளோ வருவார். அம்மாவும் அவரும் ஓயாமல் பேசிக்கொண்டிருப்பார்கள். அம்மா சமைத்தபடி பேசுவார். மாமா சமையலறை வாசலில் உட்கார்ந்துகொள்வார். உயரமான அந்தப் பெரிய உருவம் தரையில் உட்கார்ந்து பேசுவது எனக்கு வேடிக்கையாக இருக்கும். நானும் அப்பாவும் வழக்கம் போல் வாசலில் உட்கார்ந்து தெருவை வேடிக்கை பார்த்துவிட்டு, உள்ளே போய்ச் சாப்பிட்டு முடித்த பிறகும் அம்மாவும் மாமாவும் பேசிக்கொண்டு இருப்பார்கள்.

நான் ஏழாம் வகுப்பு வந்த பிறகுதான் எனக்கு ஓர் உண்மை தெரிந்தது. நான் நினைத்ததுபோல் ஜெயராமன் மாமா எங்கள் உறவினர் இல்லை! அம்மாவோடு மைலம் தமிழ்க் கல்லூரியில் படித்த நண்பர்! படித்து முடித்த ஆண்டு 1955.

இப்போது நினைத்தாலும் நான் வியந்து போகிறேன்! அம்மாவைக் கல்லூரியில் சேர்த்துப் படிக்க வைத்தவர் என் அப்பாதான். ஆனால் அந்தக் காலத்தில் ஒரு ஆணோடு அம்மா நட்பாய் இருந்ததை எப்படி இயல்பாய் ஏற்றுக்கொள்ள முடிந்தது?

ஐந்தாம் வகுப்பு வரை பையன்களும் பெண்களும் சேர்ந்து படித்தோம். ஆறாம் வகுப்பு முதல் பத்தாம் வகுப்பு வரை தனித்தனிப் பள்ளிகள். மீண்டும் மேல்நிலைப் பள்ளியில் ஒன்றாய்ப்

படிக்க வேண்டிய சூழ்நிலை. 1981 கால கட்டத்தில் மக்களின் பொழுதுபோக்கே எந்தப் பெண்ணிடம் யார் பேசுகிறார்கள் என்பதுதான். என் அப்பா என்னிடம் சொன்னார், "தெரிஞ்ச பையன் தானேன்னு வழியில் பார்த்தா பேசிக்கிட்டு நிக்காத. நம்ம வீட்டுக்கு வரச் சொல்லிட்டு வா."

என் நண்பர்கள் நேராக என் வீட்டுக்கு வருவார்கள். சதுரங்கம் விளையாடுவோம். அரட்டை அடிப்போம். எல்லாவற்றையும் பற்றிப் பேசிக்கொண்டிருப்போம். என் அம்மா அவர்களுக்கும் சேர்த்து உணவு சமைப்பார். இன்றுவரை தொடரும் நட்புகள் உண்டு எனக்கு.

இப்போது என் பிள்ளைகளின் தோழிகள் எங்கள் வீட்டுக்கு வருகிறார்கள். சில தோழிகள் தங்கள் கணவருடன் வருகிறார்கள். எல்லோரையும் வரவேற்றுச் சந்தோஷமாய்ப் பேசிக்கொண்டு இருக்கிறோம்.

நட்பென்று பேசும்போது சிலரைப் பற்றி இங்கு சொல்லியே ஆக வேண்டும். சிலர் அறிமுகம் செய்துகொள்ளும்போதே ஆர்ப்பாட்டமாய்ப் பேசுவார்கள். நம் தலையில் ஒரு பெரிய பனிக்கட்டியைத் தூக்கி வைத்தது போல் சில்லென்று இருக்கும்! நாளாக ஆக அவர்கள் நம்மைக் கண்டுகொள்ளவே மாட்டார்கள். காரணம் புரியாமல் நாம் விழித்துக்கொண்டிருப்போம். அதன் பிறகு நன்கு யோசித்தால் காரணம் புரிந்துவிடும். அவர்கள் நம்மைத் தேடி வந்த வேலை முடிந்துவிட்டு இருக்கும். அல்லது அவர்கள் எதிர்பார்ப்பின் படி நாம் இருக்கமாட்டோம்.

ஒரு பள்ளித் தோழியை வெகுநாள் தேடிக் கண்டுபிடித்துப் பேசினேன். அவள் ஆசிரியை ஆக இருந்தாள். பேசிய உடன் சந்தோஷத்தில் நடுச் சாலையில் துள்ளிக் குதித்ததாய்ச் சொன்னாள்! சில நாட்களில் என்னைப் பார்க்க வந்தாள். என் பிள்ளைகளிடம் என் பெருமை (!) பேசிக்கொண்டு இருந்தாள். அவளுக்கு ஒரு குறை. "என்ன நீ... நா பாஸ் பண்ண மாட்டேன்னு நினைச்சேன். நீதான் இங்கிலீஷ் சொல்லிக் கொடுத்து என்னைப் பாஸ் பண்ண வச்ச. உங்கம்மா எனக்கு எப்படி உதவி இருக்காங்கன்னு உனக்குக் கூடத் தெரியாது. உன்னை நா மறக்கவே இல்ல. ஆனா நீ ஒரு கலெக்டராவாவது இருப்பேன்னு (!) நினைச்சா... என்ன இப்படி வீட்டுல சும்மா இருக்க?"

அதன் பிறகு ஓரிரு முறை கடமைக்குப் பேசியதோடு சரி. சில ஆண்டுகள் கழித்து என் அம்மாவின் இறப்பைத் தெரியப் படுத்தினேன். R I P என்று பதில் வந்தது. பிறகு நான் அழைக்கவே இல்லை. சும்மா(?) வீட்டில் இருப்பவளைத் தோழி என்று சொல்லிக்கொள்ளப் பிடிக்கவில்லை அவளுக்கு!

இவர்கள் ஏன் இப்படி இருக்கிறார்கள்?
நம் திருவள்ளுவர் பதில் வைத்திருக்கிறார்.
"நிறைநீர நீரவர் கேண்மை பிறைமதிப்
பின்னீர பேதையார் நட்பு."

எந்த நட்பு வளர்பிறை போல் வளரும்? எது தேய்ந்து போகும்? யாருக்குத் தெரியும்?

59. மாதவி

சிலப்பதிகாரம் கிட்டத்தட்ட நம் எல்லோருக்கும் தெரியும். அதில் உங்களுக்கு யாரைப் பிடிக்கும்? எனக்கு மாதவியைப் பிடிக்கும். மாதவி பற்றி முழுக்கப் படித்தால் உங்களுக்கும் பிடித்துப் போகலாம்!

ஏழு ஆண்டுகள் ஆடல் கலையைக் கற்று மாதவி அரங்கேற்றம் செய்கிறாள். யாழ் மீட்டத் தெரியும். பாடத் தெரியும். அப்போது இருந்த அத்தனை கூத்து வடிவங்களும் தெரியும். அதை அத்தனை அழகாய் நுட்பமாக வெளிப்படுத்தத் தெரியும்.

அரங்கம் அமைக்கும் விதத்தை ஒரு சிறந்த கட்டடக் கலை விற்பன்னர் போல் இளங்கோவடிகள் எழுதி இருப்பார். அதில் எங்கு நின்று ஆடவேண்டும் என்ற புரிதலோடு மாதவி ஆடுவாள்.

மாதவி செய்துகொண்ட அலங்காரங்களையும் அணிந்து கொண்ட நகைகளையும் படிக்கும்போது அவள் இரசனையை வியக்காமல் இருக்க முடியாது!

கோவலனை நன்றாக அறிந்து வைத்திருந்தாள். அவன் சிந்தனை எப்படிப் போகும் என்று ஒரு அடி முன்னே சென்று யோசித்தவள் மாதவி.

அவள் சற்றுச் சறுக்கிய இடம் என்று கானல் வரிப் பாடலைச் சொல்வார்கள்.

கோவலன் காவிரி நதியைப் பார்த்துப் பாடுவான். "சோழ மன்னன் உன்னோடு கலந்தவன். அவன் உன்னைவிட்டுக் கங்கையைச் சேர்ந்தாலும் நீ கோபித்துக்கொள்ள மாட்டாய்! ஏனெனில் நீ கற்பில் சிறந்தவள்!"

கேட்டுக்கொண்டிருந்த மாதவி யாழை வாங்கிப் பாடுவாள்..." காவிரியே! நீ மட்டும் நல்லவளாய் இருந்தால் போதுமா? சோழனும் ஒழுங்காய் நடந்துகொள்வது அல்லவா உனக்குப் பெருமை?" என்ற பொருளில் மாதவி பாட கோவலனுக்குக் கோபம் வந்து பிரிந்து விடுவான்.

தன்னைவிட்டு வேறொரு பெண்ணிடம் அவன் போகப் போகிறான் என்று மாதவி புரிந்துகொள்கிறாள். அது தவறான புரிதல் என்று சொல்வார்கள். இல்லை! அது உண்மைதான்! கோவலன் மாதவியைப் பிரிந்து கண்ணகியிடம் சென்றுவிட்டான் அல்லவா?

அதன் பிறகும் கோவலனுக்குத் தன்னைப் புரிய வைக்க மாதவி முயற்சி செய்வாள். அவள் கண்ணகி போல் சோர்ந்து உட்கார்ந்து விடவில்லை. மற்ற கணிகையர் போல் வேறு ஒருவனைத் தேடிப் போகவும் இல்லை. அவள் பௌத்த மதத்தில் சேர்ந்து தொண்டு செய்யத் தொடங்குகிறாள். மகள் மணிமேகலையைத் துறவு ஏற்கும் நிலைக்குப் பக்குவப்படுத்துகிறாள்.

ஆரம்பம் முதல் இறுதி வரை புத்திசாலித்தனம் மிகுந்த பெண்ணாய், பக்குவம் அடைந்தவளாய்க் கம்பீரமாய் நிற்பது மாதவிதான்!

கண்ணகி இருந்த மனைவி என்ற இடத்தில் மாதவி இருந்திருந்தால்... கோவலனை வேறு பெண்ணிடம் போக விட்டிருக்கமாட்டாள் என்று நான் நினைத்துக்கொள்வேன். ஒருவேளை அவன் போயிருந்தால்... மாதவி அவனைத் திரும்ப வரச் செய்ய எல்லா முயற்சிகளும் செய்திருப்பாள். வரும்போது வரட்டும் என்று சோகத்துடன் காத்துக்கொண்டு இருந்திருக்கமாட்டாள் என்றே நான் நினைக்கிறேன். எனவே ... எனக்கு மாதவியைப் பிடிக்கும்!

❖

60. பாரம்பரியம்

மணமக்களின் பெற்றோர் பெரும் செல்வந்தர்கள் எனில் எப்படியெல்லாம் ஒரு திருமணத்தை நடத்துவார்கள்?

இளம் பெண்கள் யானை மீது ஏறித் திருமண அறிவிப்பைச் செய்து கொண்டு செல்கிறார்கள்.

மணநாள் அன்று பெண்கள் விதவிதமான பொருட்களை தட்டில் ஏந்தி ஊர்வலம் போகிறார்கள். விளக்கு, பூரண கும்பம், நகைகள், முளைப்பாரி, சந்தனம், சுண்ணப்பொடி, (அதாவது முகப் பவுடர்!), குங்குமம் இவற்றோடு தாலியும் ஊர்வலம் போகிறது.

மண்டபம் வாய் பிளக்க வைக்கிறது! நீல நிறத் துணிகளை விதானமாய்க் கட்டி இருக்கிறார்கள். ஆங்காங்கே முத்துக்களால் கட்டிய தோரணம் ஜொலிக்கிறது. பூக்களால் செய்த அலங்காரம் நாசியை நிறைக்கிறது.

மேடையில் அந்தணர் மந்திரங்கள் ஓதி முழங்க, உறவுப் பெண்கள் கூடி நின்று பூக்களைத் தூவி மண மக்களை "இணை பிரியாமல் நீடூழி வாழ்க!" என்று வாழ்த்துகிறார்கள்! மணமக்கள் மேடையை வலம் வந்து வணங்க திருமணம் முடிகிறது.

"இதிலென்ன அதிசயம்?" என்கிறீர்களா? ஆம்! அதிசயம்தான்! இது கி.பி. இரண்டாம் நூற்றாண்டில் நடந்த ஒரு திருமணம்! மணமக்கள் பெயர்கள்... கோவலன் கண்ணகி!

பதினெட்டு நூற்றாண்டுகளாய் ஒரு திருமண முறை அதிகம் மாற்றமின்றி நடந்து வருவதை எண்ணும்போது... உண்மையில் மனம் சிலிர்க்கிறது. எப்பேர்ப்பட்ட நாகரிகம் நம்முடையது! அதை அடுத்தடுத்த தலைமுறைகளுக்குக் கொண்டுவர நம் முன்னோர் எத்தனை பாடுபட்டு இருப்பார்கள்?

இது குறித்த புரிதல் நம்மில் எத்தனை பேருக்கு இருக்கிறது என்றால்... சொல்லத் தெரியவில்லை!

❖

61. கூட்டுக் குடும்ப மாயை

கோவலனுக்குத் திருமணம் ஆகும்போது பதினாறு வயது! கண்ணகிக்கு வெறும் பன்னிரண்டு வயது! மணம் முடிந்த சில நாட்களில் தனிக்குடித்தனம் வைத்துவிடுகிறார்கள். பெரிய மாளிகை, பணியாளர்கள், பெரும் செல்வம் அனைத்தும் கொடுத்து அனுப்பி வைக்கிறார்கள். அப்போதுதான் விருந்தினரை உபசரிக்கவும் அனுசரிக்கவும் கற்பார்களாம்! ஒருவேளை அப்போதே மாமியார் மருமகள் பிணக்கு இருந்ததோ என்னவோ...!

கோவலன் கண்ணகியைப் பிரிந்து மாதவி வீடே கதி என்று இருந்தபோதும் இரு தரப்புப் பெற்றோரும் வந்து ஏன் என்று கேட்டதாய் எனக்குத் தெரியவில்லை!

மொத்தச் செல்வத்தையும் மாதவி வீட்டில் கொடுத்ததையும் அவர்கள் அறியமாட்டார்கள். கண்ணகி தனித்துச் சோர்ந்து கிடந்ததையும் யாரும் கண்டுகொள்ளவில்லை!

ஒரே ஊரில் இருந்தும் உற்றார் உறவினர் பெற்றோர் என்னதான் செய்துகொண்டு இருந்தார்கள்? என்ற கேள்வி எனக்கு உறுத்திக் கொண்டே இருக்கிறது.

கோவலனும் கண்ணகியும் இரவோடிரவாகப் புகாரை விட்டுப் போவதாய் முடிவு செய்து கிளம்புகிறார்கள். ஒரு பிரச்னை வந்தால் உடனே சுற்றத்திடம் சொல்லலாம் என்ற எண்ணம் வருமளவுக்கு யாருமே இல்லையா?

யாருமில்லாத் தனிமையில் ஒரு தீவு போல் அவர்கள் வாழ்ந்து வந்தார்களா?

ஒருவேளை அந்தக் காலத்தில் இதெல்லாம் சாதாரணமான விஷயமாக இருந்திருக்குமோ?

"முப்பது ஆண்டுகளுக்கு முன்பு பார்... கூட்டுக் குடும்பம்தான்!" என்று சொல்லிக் கொண்டு நாம்தான் பெருமூச்சு விட்டுக் கொண்டிருக்கிறோம் போலும்!

எது சிறந்தது? கூட்டுக் குடும்பமா? தனிக் குடித்தனமா? என்ற பட்டிமன்றத் தலைப்புக்குள் நான் நுழையவில்லை. பெற்றோர் தங்கள் பார்வையில் வைத்திருந்தால் கோவலன் இப்படித் தன்னிச்சையாய் முடிவுகள் எடுத்து அகால மரணம் அடைந்திருக்க மாட்டான் என்றே நான் நினைத்துக்கொள்கிறேன்.

அப்படிக் கோவலன் பிழைத்து இருந்தால்... நமக்குச் சிலப்பதிகாரம் கிடைத்திருக்காது... அவ்வளவுதான்.

❖

62. பழங்காற்று

நான் எட்டாம் வகுப்புப் படிக்கும்போதுதான் எங்கள் வீட்டில் மின்விசிறி வாங்கினார்கள். அதுவரையிலும்கூட நன்றாகத் தூங்கியதாய்த்தான் நினைவு. ஆனால் மின்விசிறி பழகிய பிறகு ஒருநாள் மின்சாரம் போனாலும் கூடவே தூக்கமும் சேர்ந்து போய் விடும்!

பழங்காலத்தில் என்ன செய்து இருப்பார்கள்? எத்தனை பெரிய செல்வந்தர் என்றாலும் நம்மூர் வெப்பத்துக்கு வியர்த்து வழியத்தானே வேண்டும்? மின்சாரமே இல்லாதபோது காசு கொடுத்து எதை வாங்க முடியும்?

இதற்கான பதிலை இளங்கோவடிகள் சொல்லிவிட்டார்! ஏழு நிலை மாடம்! அதில் நான்காவது மாடியில் கோவலனின் படுக்கையறை இருக்கிறது. மாளிகையின் பக்கவாட்டில் இருந்து காற்று வருகிறது. அதுவும் எப்படிப் பட்ட காற்று?

குளத்தில் மலர்ந்திருக்கும் அல்லி குவளை போன்ற நீர் மலர்களின் வாசத்தையும் மாதவிக் கொடிப் பூக்களின் வாசத்தையும் இன்னும் மல்லிகை முல்லைப் பூக்களின் வாசத்தையும் சேர்த்துக்கொண்டு வருகிறது காற்று! கூடவே சிறு வண்டினங்களும் சன்னலின் சிறு திறப்புகள் வழியே அறையினுள்ளே வருகின்றனவாம்!

அப்படியென்றால் வீட்டின் அருகில் நீர்நிலை அமைத்துக் குளிர்ந்த காற்றை வரவழைத்து இருக்கிறார்கள். இதமான வாசனைக்குப் பூஞ்செடிகள்!

இவை போதாது என்று ஏழாம் மாடியில் திறந்த வெளியில் ஒரு நிலா முற்றப் படுக்கை!

சரி... இருக்கட்டும்! அவர்கள் செல்வந்தர்கள். எளிய மக்கள் என்ன செய்வார்கள்?

தாழி அதாவது பெரிய அளவிலான பானையில் நீர்ப் பூக்களை வளர்ப்பார்களாம்! பிறகு சிறிய இடத்தில் வளர்ந்தாலும் நிறைய பூக்களைத் தரும் கொடிப் பூக்கள் எல்லா வீடுகளிலும் இருந்தன. மாலையானால் பெண்கள் அவற்றைப் பறித்துத் தொடுத்துச் சூடிக் கொள்வார்களாம்!

ஆகவே... இப்போதைய அளவு நெரிசல் இல்லாத காலகட்டத்தில் நல்ல காற்றைப் பெற்றுத் தூங்க வழி கண்டுபிடித்துதான் வைத்திருக்கிறார்கள். இதைக் கண்டுபிடித்த பின்புதான் அன்று நல்ல தூக்கம் வந்தது எனக்கு!

63. ருசிப்பது எது?

நமக்கு வேண்டியவர் என்றால்... அவர் சமைக்கத் தெரிந்தவர் என்றால்... நாம் பெரும்பாலும் அவர் சமைத்த உணவுடனே சேர்த்து நினைவில் கொள்கிறோம். உணவு ஏற்படுத்தும் பிணைப்பு தவிர்க்கவியலாத ஒன்று.

இன்றும் ஊருக்கு வருவதாய்ச் சொன்னால் என் அண்ணி, "காரக் குழம்பு வைக்கிறேன்.. உனக்குப் பிடிக்குமே!" என்பார்! அவரைப் பார்க்க வேண்டும் என்ற எண்ணம் எழும்போதே அந்தக் குழம்பின் மணமும் சேர்ந்து எழும் எனக்கு!

உறவும் நட்பும் ஒன்று சேரும்போது எந்த உணவு எங்கு கிடைக்கும் என்று பேசாதவர் யார்? பல வீடுகளில் ஏதேனும் ஓர் உணவை விடாமல் செய்வார்கள். அது தலைமுறை தாண்டி நிற்கும். எங்கள் வீட்டில் என் பாட்டி செய்து என் அம்மா செய்து இப்போது நான் செய்யும் உணவு (எப்போதாவது!) வெள்ளப்பூரி! அதைச் செய்யும்போது தவறாமல் அதன் வரலாற்றைப் (!) பிள்ளைகளிடம் சொல்வேன்.

நாக்கு ருசிப்பது ஒரு முறையே ஆனாலும் அதை அடிக்கடி நினைத்து அந்த ருசியைத் தக்க வைத்துக்கொள்வது மனமே... அல்லவா?

பல நூற்றாண்டுகளாக ஓர் உணவு உண்ணப்பட்டு வருகிறது... அதை இன்றும் சமைத்து நாம் உண்ணுகிறோம் என்றால்... ஒரு பிரமிப்பு வருகிறதுதானே? எது என்கிறீர்களா? வாருங்கள்... போவோம்... புகார் நகரின் மருவூர்ப் பாக்கத்துக்கு!

அது மிகப் பெரிய கடைவீதி. அங்குப் பொன்னும் பட்டும் பவளமும் விற்கப்படுகின்றன. பட்டு நூல், பருத்தி நூல், எலி

மயிர் (ஆமாங்க! நிஜம்தான்!) இவற்றால் நுண் கலைகள் செய்யும் கலைஞர்கள் இருக்கிறார்கள்.

தானியக் குவியல்கள், எண்ணெய் வகைகள், மீன், கள், வெற்றிலை இவற்றை எல்லாம் பார்த்துக்கொண்டு நடந்தால்... புட்டும் அப்பமும் விற்கிறார்கள்! அடடா! இந்தப் பண்டங்கள் ஆயிரத்து எண்ணூறு ஆண்டுகளாய் நம் சமையல்கட்டில் விடாது தொடர்கிறதா!

எனக்கு இதைப் படிக்கும்போது ஒரு விஷயம் நினைவில் வந்தது. சென்ற தலைமுறை வரை மஞ்சள் நீராட்டுச் சடங்கை "புட்டு சுற்றுதல்" என்று குறிப்பிடுவார்கள். சடங்கிற்கு முக்கியமான உணவு என்பதால் இது இத்தனை காலம் நீடித்து இருக்கிறதா?

அந்தச் சடங்கு தேவையற்ற ஒன்றுதான். அது வேறு விஷயம். என் ஆராய்ச்சி புட்டு மீதுதான்!

அவித்தல் என்பதைச் சில நூற்றாண்டுகள் முன்பு நமக்குச் சீனாக்காரர்கள் கற்றுத் தந்ததாகப் படித்த நினைவு. அதன் பிறகே நாம் இட்லி செய்யக் கற்றுக்கொண்டோம் என்பார்கள். அப்படியானால் புட்டு எப்படி அவித்தார்கள் அப்போதே?

தெரிந்தவர் சொல்லுங்கள். தெரியாதவர்? என்னைப் போல் யோசித்துக்கொண்டு நள்ளிரவில் விழித்திருங்கள்...!

64. புதிதாய் ஒரு பழந்தொழில்!

பட்டினப் பாக்கம் என்பது சோழ அரசனின் அரண்மனை இருந்த பகுதி. அதைச் சுற்றி வணிகர்களின் மாளிகைகள் இருந்தன. வேதியர், உழவர், மருத்துவர், சோதிடர் ஆகியோர் வசிக்கும் பகுதிகள் தனித்தனியாக இருந்தனவாம்.

நால்வகைப் படைகளின் தளபதிகள், இசைக் கருவிகள் செய்பவர்கள் என்று ஒரு ஒழுங்கில் வீடுகள் அமைந்திருக்கின்றன. முத்துக் கோர்ப்பவரும் சங்கை அறுத்து வளையல் செய்வோரும் அங்கே வசித்தனர்.

வீட்டு வேலை செய்யும் பெண்களின் இருப்பிடமும் கணிகையர் இருப்பிடமும் இருந்தன என்று படித்துக்கொண்டு வரும்போதே "அகக் கூத்தாடும் பதியிலாளர்" இருப்பிடமும் அங்கு இருந்ததாக சொல்லப் படுகிறது.

அகப் பொருளைப் பாடி ஆடும் பெண்கள்... அவர்கள் கணவன் அற்றவர்கள். அதாவது திருமணம் செய்யாதவர்கள். அப்படி என்றால் அவர்கள் கணிகையர் அல்லவா? என்ற கேள்வி எழும். இல்லை! இவர்கள் அகக் கூத்து மட்டுமே ஆடுபவர்கள்.

நூறு ஆண்டுகளுக்கு முன்புகூட இந்தக் கூத்து ஆடும் பெண்கள் இருந்ததாக நான் கேள்விப்பட்டிருக்கிறேன். திருமணம் நிச்சயம் ஆன பெண்ணுக்கு இல்லற வாழ்வைச் சொல்லித் தர அவர்களை அழைத்து வருவார்கள். மிகுந்த மரியாதையுடன் வெற்றிலை பாக்கு வைத்து அழைத்து வருவார்களாம்.

இந்தப் பழக்கம் எப்போது மாறியது என்பது தெரியவில்லை. ஆனால் இருந்தவரை இது இயல்பான ஒன்றாக இருந்திருக்கிறது.

இப்போது நமக்கு இது புதிதாகத் தோன்றுகிறது. ஆனால்... இது மிகப் பழைய ஒரு தொழில் என்று தெரிய வரும்போது ஆச்சரியமாகத்தான் இருக்கிறது.

❖

65. ஒரே கடிதம்!

கடிதம் எழுதுவது குறித்து சென்ற தலைமுறை மனிதர்களுக்கு நன்றாகவே தெரியும். என்னதான் கடிதம் எழுதத் தெரிந்தாலும் காதலிப்பவருக்கு ஒரு கடிதம் எழுதுவதென்றால் வியர்த்து விறுவிறுத்துப் போய்விடும்! அந்தக் கடிதம் பெற்றோர் கண்ணில் சிக்கிவிட்டால்... மயக்கமே வந்து விடும்!

கோவலனுக்கு மாதவி ஒரு கடிதம் எழுதி அனுப்புகிறாள். புகாரை விட்டுப் புறப்பட்ட கோவலனும் கண்ணகியும் மதுரையை அடையும் முன்பு கோசிகன் என்பவன் அந்தக் கடிதத்தைக் கோவலனிடம் கொடுக்கிறான்.

அதைப் படித்த கோவலன் அவனிடமே அதைத் திருப்பித் தந்து தன் பெற்றோரிடம் கொண்டு கொடுக்கச் சொல்கிறான். ஆச்சரியமாய் இருக்கிறதுதானே?

ஆறே வரிகள்தான். கொஞ்சம் முயன்றால் அனைவருக்கும் புரிந்துவிடும் வரிகள்தான்.

"அடிகள் முன்னர் யான் அடி வீழ்ந்தேன்
வடியாக் கிளவி மனக் கொளல் வேண்டும்
குரவர் பணி அன்றியும் குலப் பிறப்பாட்டியோடு
இரவிடைக் கழிதற்கு என் பிழைப் பறியாது
கையறு நெஞ்சம் கடியல் வேண்டும்
பொய்தீர் காட்சிப் புரையோய் போற்றி!"

முதல் வரி புரியும்.

"தெளிவில்லாத என் வார்த்தைகளைப் பொறுத்து மனதில் ஏற்றுக்கொள்ள வேண்டும்.

பெற்றோருக்குச் செய்ய வேண்டிய கடமையைக் கைவிட்டதோடு, நல்ல குலத்தில் பிறந்த கண்ணகியோடு இரவில் ஊரை விட்டுப் போவதற்கு என் பிழை என்ன?" என்று மாதவி கேட்க, கோவலனோ

"என் பிழையைப் பொறுத்து" என்று கேட்கிறான்!

"என் கையறு நிலையை மனதில் எண்ணிப் பார்க்க வேண்டும்" என்று மாதவி சொல்கிறாள். கோவலன் "என் கையறு நிலையை மனதில் ஏற்றுக்கொள்ள வேண்டும்" என்கிறான்!

இருவருக்கும் எத்தனை அழகாய்ப் பொருந்திப் போகிறது அதே வரிகள்!

இது எங்கள் பாடப் பகுதியில் இல்லை. ஆனால் நீதிபோதனை வகுப்பில் என் அம்மா இந்தப் பாடலை விளக்கியது எனக்கு இன்னும் மறக்கவில்லை!

நாம் படித்துப் பார்க்காமலே "அது நமக்குப் புரியாது" என்று முடிவுசெய்துவிடுகிறோம். உண்மையில் படிக்கப் படிக்கத் திகட்டாதது...

படிக்குந்தோறும் புதுப் புது அர்த்தங்கள் தருவது நம் தமிழ்!

❖

66. குலதெய்வம்

பிரம்மாண்டமான கோவில்களுக்குச் சென்று வழிபட்டாலும் மக்கள் முக்கியத்துவம் அளிப்பது அவர்களது குலதெய்வத்துக்குத்தான். பல இடங்களில் அந்தக் கோவிலுக்குப் பெரிய கட்டடம்கூட இருக்காது. ஆனாலும் பய பக்தியுடன் சென்று வணங்கி வருவார்கள்.

குலதெய்வங்கள் பற்றிய செய்திகளைக் கேட்டால் பெரும்பாலும் அவர்கள் இரத்தமும் சதையுமாய் இம்மண்ணில் பிறந்து வாழ்ந்த மனிதர்களாகவே இருப்பார்கள். அவர்களை ஏதேனும் ஒரு காரணத்தின் பொருட்டுத் தலைமுறைகளாக வணங்கி வருவார்கள். தெய்வத்துக்கு நன்றி செலுத்தும் வகையில் அந்தப் பெயரைத் தன் குழந்தைகளுக்கு வைப்பார்கள். அல்லவா?

மாதவிக்குப் பெண்குழந்தை பிறந்திருக்கிறது. அவள் உறவினர் ஒன்று கூடி வாழ்த்த வருகிறார்கள். அவர்கள் கோவலனிடம் பெயர் சூட்டச் சொல்கிறார்கள். கோவலன் சொல்கிறான்...

"என் முன்னோர் கடல் வாணிபம் செய்யப் போகும்போது கப்பல் மூழ்கிவிட்டது. அவர் மட்டும் சில நாட்கள் கடலில் பிழைத்திருந்தார். அப்போது எங்கள் குலதெய்வம் மணிமேகலையின் அருளால் அவர் கரை சேர்ந்தார். எனவே எங்கள் குலத்தின் தெய்வமான மணிமேகலை என்ற பெயரையே என் மகளுக்குச் சூட்டுவோம்!" என்று சொல்லி மாதவியுடன் சேர்ந்து கை சிவக்கப் பொன்னை அள்ளித் தருகிறான் அனைவருக்கும்!

இந்தக் கதையைக் கேட்டதும் என் தோழி "ஐயோ!" என்றாள்! "ஏன்?" என்று கேட்டேன்.

"அப்போ... கோவலனுக்குப் பொண்ணு பொறந்தது தெரியுமா? தன் குடும்பத்துப் பேரை எல்லாம் வச்சுட்டு அதுக்கு அப்புறமா மாதவி மேல சந்தேகப்பட்டு ஓடிப் போனான்? அடப்பாவி..." நான் சட்டென்று அவள் வாயைப் பொத்தினேன்.

"என்னதான் இருந்தாலும் அவன் ஒரு காப்பியத் தலைவன்! இப்படி எல்லாம் திட்டக் கூடாது... ஆமா!"

❖

67. வாவென்று சொன்னவுடனே வந்த தலைவி

கவுந்தியடிகள் என்ற சமணப் பெண்துறவியின் வழிகாட்டுதலில் கோவலனும் கண்ணகியும் மதுரையை அடைகிறார்கள். அங்கு ஆயர்பாடியில் மாதரி என்பவள் வசம் அடைக்கலமாய்த் தங்குகிறார்கள். அந்த மக்கள் கண்ணகிக்குப் புது மண்பாண்டங்கள் தருகிறார்கள். பால், நெய், பலாக்காய், வெள்ளரிக்காய், மாதுளங்காய் இவற்றோடு மாங்கனியும் வாழைப் பழமும் அளிக்கிறார்கள். அவற்றை வைத்துக் கண்ணகி சமைத்துக் கோவலனுக்குப் பரிமாறுகிறாள்.

கோவலன் பார்க்கிறான். செவிலித்தாய், தோழியர், பணிப் பெண்கள் சூழ வாழ்ந்தவள்... இன்று தனித்து நிற்கிறாள்.

"வண்ணச் சீறடி மண்மகள் அறிந்திலள்" என்று சொல்லப்பட்ட பெண் அவள்! இன்று தானே கை சிவக்கக் காய் நறுக்கி, கண் சிவக்க அடுப்பூதிச் சமைத்துக் கொடுக்கிறாள்!

"இதெல்லாம் கனவா நனவா? நனவு என்றால் முன் ஜென்மத்துத் தீவினையா? எனக்கு ஒன்றும் புரியவில்லையே.

பரத்தையர் பின்னால் சுற்றும் காமுகரோடு நான் சுற்றித் திரிந்தேன். எல்லோரும் பார்த்து இகழ்ச்சியாய்ச் சிரிக்கும்படி வாழ்ந்தேன். என் பெற்றோருக்குச் செய்ய வேண்டிய கடமையை மறந்தேன். உனக்கும் சிறுமையே செய்தேன்." என்று சொல்லி விட்டு ஒரு கேள்வி கேட்கிறான்...

"நல்லொழுக்கம் இல்லாமல் திரிந்த நான், என்னோடு மதுரைக்கு வா!" என்று அழைத்த உடனே கிளம்பி வந்தாயே... என்ன ஒரு செயல் செய்து விட்டாய் கண்ணகி...?

"எழுகென எழுந்தாய் என் செய்தனை?" என்று கேட்டு நைந்து போகிறான் கோவலன்.

ஆம்! நமக்கும் இந்தக் கேள்வி எழுகிறது அல்லவா? ஏன் வந்தாள் கண்ணகி...?

❖

68. காலக் குழாய்

பெண்மணி ஒருவர் பேசினால் பேச்சில் பாலாறும் தேனாறும் ஓடும்! அரைமணி நேரம் அவருடன் பேசிவிட்டால் அவர் சொல்வது அத்தனையும் உண்மை என்றே தோன்றிவிடும்.

"அடடா! இவருக்கு நம்ம மேல எத்தனை பாசம்! இவ்வளோ நாள் தெரியாம போச்சே! இவங்க என்ன கேட்டாலும் செஞ்சு முடிச்சுட்டுதான் மறு வேலை...!"

என்ற முடிவுக்கு வந்து விடுவோம்.

அவர் வேலையை முடித்துக் கொடுத்த பின்பு பல நாட்கள் கழித்து மெல்ல சிறிது சிறிதாய் உண்மை புரியத் தொடங்கும்.

"என்ன இது ... இப்போ அவங்க ஃபோன் பண்றதே இல்ல..."

"நாம கூப்பிட்டாலும் எடுக்கல..."

"சரி... நேர்ல போய்ப் பார்ப்போம்..."

போனால் முற்றிலும் வேறு மாதிரியான வரவேற்பு கிடைக்கும். அவர்கள் நம்மைப் பயன்படுத்திக்கொண்டு கழற்றி விட்டு விட்டார்கள் என்பது புரியும்.

ஆனால் நம் யாருக்கும் அவர்கள் மனநிலை முதலில் புரியாது. நாம் அனைவரும் வார்த்தைகளை நம்புகிறோம். அதுவும் சற்று நடிக்கத் தெரிந்தவர்கள் உணர்வுபூர்வமாக பேசும்போது அப்படியே சரணாகதி அடைந்துவிடுகிறோம்.

இதில் வேறு யாராவது அவர்களைப் பற்றிய தன் அனுபவம் சொல்லி எச்சரித்தால் நம் பாழும் மனம் அதை நம்பித் தொலைக்காது...!

நாள் கணக்கில் மட்டும் இல்லை... நான் எல்லாம் வருடக் கணக்கில் ஏமாந்து போய் இருக்கிறேன்...!

"இதெல்லாம் மனசு உள்ள புகுந்தா பார்க்க முடியும்...? என்னவோ போ.. நல்லதுதானே செஞ்சேன்...?" என்று என் மனதுக்கு நானே ஆறுதல் கூறிவிட்டுக் கடந்து செல்ல முயற்சி செய்வேன்.

ஆனாலும் பாசத்தின் பெயரால் ஏமாந்த வலி தழும்பாகவேனும் மனதில் தங்கித்தான் விடுகிறது.

ஆனால் ஒரு உண்மையை நாம் அனைவரும் ஒப்புக் கொள்ளத்தான் வேண்டும். நாம் பழகுபவர் அத்தனை பேரும் சுயநலவாதிகள் அல்லர்.

நம் அன்பை அப்படியே திருப்பிக் கொடுப்பவர் சிலர். பாதியேனும் தருபவர் பலர். பல மடங்காகத் தருபவர் ஒன்றிரண்டு பேர்.

வாழ்வின் ஆரம்பக் கட்டத்தில் (இப்போது மட்டும் என்னவாம்...?) மனிதர்களை எடை போடத் தெரியாது எனக்கு. ஆனால் மனிதர்கள் சூழ இருப்பது பிடிக்கும் எப்போதும். அதனால் முதலில் யாரிடம் இருந்தும் நான் ஒதுங்கிப் போனதில்லை.

உதவியா... அன்பா... முடிந்தவரை எல்லோருக்கும் என்று ஓடிக் கொண்டு இருந்தேன். அவ்வப்போது மனிதர்கள் சிறு அடிகளையும் பேரிடிகளையும் சளைக்காமல் தந்துகொண்டுதான் இருந்தார்கள்.

எல்லாவற்றையும் சமாளிக்க நான் ஒரு மந்திரம் வைத்து இருந்தேன்!

"பாவம்... இவர்கள் சாதாரண மனிதர்கள்!"

ஆம்! அவர்கள் பாசம், நேர்மை, நன்றி என்ற எதன் மீதும் நம்பிக்கை அற்றவர்கள். அதன் பொருள் அறியாதவர்கள். அதனால் பாவப் பட்ட மனிதர்கள்!

எப்போதும் புதிய மனிதர்களுடன் பழக நான் தயங்கியதே இல்லை. ஏனெனில் அவர்களில் யாராவது ஒருவரேனும் வாழ்வின் கடைசி வரை வருவார்கள் என்று நான் நம்புகிறேன். அதற்காகப் பத்து பேரிடம் ஏமாந்தாலும் பரவாயில்லை என்று நினைத்துக் கொள்கிறேன்!

வயலில் இறங்கி விதைத்துவிட்டால் விதைகள் மட்டுமே வளர்வது இல்லை. கூடவே களைகளும் சேர்ந்து வளரத்தான் செய்கின்றன. களைக்குப் பயந்து பயிரிடாமல் பட்டினி கிடக்க வேண்டுமா என்ன...?

"எல்லாம் சரி...! மனிதர்களின் உண்மை சொரூபம் புரிய எத்தனை நாளாகும்?" என்று கேட்கிறீர்களா?

இதற்குக் காலம்தான் பதில் சொல்லவேண்டும்!

காலம் ஒரு சோதனைக் குழாய்!

அது ஆராய்ந்து சொல்லும் வரை நாம் காத்திருக்கத்தான் வேண்டும்...!

❖

69. அசோகர் மரம் நட்டார்!

கர்நாடகத்தில் ஷிமோகாவில் இருந்து ஹும்சா (*Humcha*) போகும் வழியில் சாலையோரம் ஒரு தனித்துவமான ஆலமரம் இருக்கும். அதன் பல விழுதுகள் ஒன்றாய்ச் சாலையின் பக்கம் இறங்கி இருக்கும். அது இருக்கும் பகுதி பள்ளம் என்பதால் மேடான சாலையில், வெகு தூரத்தில் வரும்போதே பார்வையில் பட்டு விடும். சின்னவன் அதன் அருகில் காரை நிறுத்தச் சொல்லி இறங்கி விடுவான். அவன் கைக்கு எட்டாமல் இருக்கும் விழுதுகளைக் குதித்துக் குதித்துத் தொட்டுவிடுவான்! அடுத்த ஆண்டு அவன் கைக்கு எட்டிவிட்டது!

சின்னவனின் வளர்ச்சி மேல் நோக்கிப் போகப் போக விழுதுகளின் வளர்ச்சி மண்ணை நோக்கி வந்துகொண்டிருந்தது. சென்ற வருடம் போகும்போது விழுதுகள் அனைத்தும் மண்ணில் இறங்கிவிட்டன! தாய் மரத்தைவிட சுற்றளவில் மிக அதிகம்! அத்தனை அழகு!

சென்ற வாரம் போகும்போது அந்த மரத்தைக் காணவில்லை. ஒரு நிமிடம் "பக்"கென்று இருந்தது. "நாமதான் பார்க்காம விட்டுட்டு இருப்போம்..." என்று சமாதானம் செய்துகொண்டேன். ஆனால் சாலை விரிவாக்கம் என்ற பெயரில் சாலையோர மரங்களைக் காணவில்லை. வெய்யில் சுட்டு எரித்தது.

இங்கும் சென்னையில் இருந்து செஞ்சி போகும் வழியில் சாலையோரப் புளிய மரங்கள் அனைத்தும் வெட்டப்பட்டு விட்டன. பசித்த குழந்தையின் கையில் இருக்கும் சோற்றுத் தட்டைப் பிடுங்கி விட்டுப் பொம்மை கொடுத்து ஏமாற்றுவது போல் சாலையின் நடுவில் அரளிச் செடிகளை நட்டுவைத்து அழகு காட்டுகிறார்கள்.

இது இயற்கைக்குச் செய்யும் துரோகம் என்று சிலர் சொல்கிறார்கள். உண்மையில் இப்படி மரங்களை வெட்டிக்கொண்டே போவது மனித குலத்துக்குச் செய்யும் துரோகம் அல்லவா?

பார்க்கப் பார்க்க மனம் ஆறவேயில்லை.

சின்ன வயதில் படித்த பள்ளிப் பாடம் நினைவில் வந்துவிட்டது. "அசோகர் சாலையோரங்களில் மரம் நட்டார்!" சரி... அதற்குப் பிறகு யாருமே நடவில்லையா? வெட்டித்தான் விடுகிறார்களா? அப்படித்தான் போலிருக்கிறது...!

சரி... நாம் என்ன செய்யலாம்? யாராவது வந்து மரம் நடட்டும் என்று காத்திருக்காமல் நாமே ஆரம்பிக்கலாம். நம் தோட்டத்தில் ஒரு மரம் நடலாம். தோட்டம் இல்லை என்பவர்கள் நம் தெருவோரம் ஒரு மரக்கன்றை நட்டுப் பராமரித்து வரலாம். அதற்கும் வசதி இல்லாதவர்கள் விதைப்பந்து வாங்கிக்கொள்ளுங்கள். முடிந்தால் மர விதைகளை மண்ணில் உருட்டி நாமே செய்துவிடலாம். வெளியூர் செல்லும்போது சாலையோரம், நீர்நிலைகளின் ஓரம், மலையோரம் விதைப்பந்துகளை வீசிச் செல்லலாம். தகுந்த சூழல் வரும்போது அவை முளைத்துவிடும்.

அசோகர் சாலையோரங்களில் மரங்கள் நட்டார். நாம் எல்லா இடங்களிலும் நட்டுப் பராமரிக்கலாம். பச்சைப் பசேலென்ற சூழலை நம் அடுத்தத் தலைமுறைக்கு உருவாக்கிக் கொடுக்கலாம்.

❖

70. குடித்தல் (அ) மது அருந்துதல்

எங்கள் வீட்டில் வண்ணம் பூச வேண்டி இருந்தது. (பெயிண்ட் அடிப்பது!) தெரிந்தவர்களிடம் விசாரித்து, 'நல்ல உழைப்பாளி' என்று பெயர் எடுத்த ஒரு மனிதரிடம் வேலையை ஒப்படைத்தோம். வேலை நடுவே அவ்வப்போது காணாமல் போய் விடுவார். திரும்பி வரும்போது தள்ளாடிக் கொண்டு வருவார். பாதி வேலை முடிந்த பிறகு அட்டகாசம் ஆரம்பம் ஆனது. சொல்லாமல் கொள்ளாமல் நின்று விடுவார். பணம் வாங்கிய பிறகு அது தீரும்வரை வேலைக்கு வரமாட்டார்.

ஒருநாள் அவர் அலைபேசியில் இருந்து அவர் மனைவி பேசினார். தயங்கித் தயங்கி "அவரை வேலைக்கு வச்சிருக்கீங்களா? அடிக்கடி உங்க நம்பர்ல இருந்து கால் வருது..." என்று ஆரம்பித்தவர் புலம்பலில் முடித்தார். வீட்டுக்குக் காசே கொடுப்பதில்லை என்று புகார். பிள்ளைகளை வைத்துக் கொண்டு கஷ்டப் படுகிறார். நாம் என்ன செய்ய முடியும்?

"ஒழுங்கா பணத்தை வீட்டுல கொடு" என்று என் கணவர் கூறினார். ஒரு அளவுக்கு மேல் எதையும் சொல்ல முடியாதே? அவர் மனைவியையும் காட்டிக் கொடுக்க முடியாது.

எங்களுக்கு ஒன்றும் தெரியாது என்று நினைத்துக் கொண்டு, "பையனுக்கு நோட்டு வாங்கணும் சார். அட்வான்சா ஒரு ஐநூறு குடுங்க" என்று கேட்கும் போது அப்படியே பற்றிக் கொண்டு வரும். ஆனாலும் நாம் என்ன செய்வது?

படிப்பறிவு குறைந்த எளிய மக்கள் மட்டுமே இப்படி குடிக்கு அடிமையாகிக் குடும்பத்தைக் கைவிட்டு விட்டார்கள் என்று நினைத்துக் கொண்டிருந்தேன். அது தவறு என்று புரிய வைத்தது ஒரு தெரிந்தவர் குடும்பம்.

து. நிபுணமதி

மேல் நடுத்தரக் குடும்பம். பெற்றோர் நன்கு படித்தவர்கள். கல்லூரி செல்லும் பையனுக்குக் கேட்கும்போதெல்லாம் அதிகக் காசு கொடுத்துத் தங்கள் பெருமையைப் பறை சாற்றிக் கொண்டார்கள்.

"என் அப்பா என்னைக் குடிக்க விட்டாரா? என்னைப் பாரு! என் பையனுக்கு எப்படி சுதந்திரம் கொடுத்து வளர்க்கிறேன்! அவன் குடிக்கட்டும்! நல்லா என்ஜாய் பண்ணட்டும்!"

பையன் குடித்தான்... குடித்தான். அவ்வளவுதான். படிப்பை முடிக்கவில்லை. வேலைக்கும் போகவில்லை. தந்தைக்கு ஓய்வு பெறும் வயது வந்து விட்டது. இப்போது சில நேரம் வேலைக்குப் போகிறானாம். சம்பாதித்துக் குடித்துக் கொண்டு இருக்கிறான். வீட்டுக்கு வருவதில்லை. குடும்பம், பொறுப்பு என்று எதுவும் இல்லை. மொத்தமாய்க் கைகழுவி விட்டான்.

இதை எல்லாம் பார்க்கும்போது நாம் செய்வதற்கு ஒன்றுமில்லை என்பது புரிந்தாலும் கவலைப் படாமல் இருக்க முடியவில்லை. இவர்களையாவது மன்னித்து விடலாம். என்னால் சகிக்க முடியாதவர்கள் சிலருண்டு.

அவர்கள் நன்கு படித்து நன்கு சம்பாதித்து, ஒரு நல்ல வாழ்க்கை அமையப் பெற்றவர்கள். அவர்கள் நாகரீகம் என்று நினைத்துக் கொண்டு குடிப்பது பற்றிப் பெருமையாய்ச் சொல்வார்கள்!

"நான் கட்டுப்பாடாய் குடிப்பேன்!" என்று பெருமை பேசுவார்கள். இதைப் பார்க்கும் அவர்களின் வாரிசுகள் எப்படி எடுத்துக் கொள்வார்கள் என்று நான் யோசிக்கிறேன்.

"கட்டுப்பாடாகக் குடிக்க வேண்டும்" என்று சபதம் எடுப்பார்களா? "குடிப்பது ஒன்றும் தவறில்லை! அப்பாவே குடிக்கிறாரே!" என்று குடிக்கத் தொடங்குவார்களா?

குடியை இயல்பாக்குதல் குடிப்பதை விடத்தவறு. இல்லையா?" Normalise செய்கிறேன்" என்ற பெயரில் எல்லா ஒழுக்க விதிகளும் இங்கு மீறப் படுகின்றன. அடுத்த தலைமுறைக்குக் கொஞ்சமாவது நல்லது சொல்ல வேண்டிய கடமை நம் ஒவ்வொருவருக்கும் இருக்கிறது. எனவே குடிப்பவர்கள் அதை இரகசியமாய் செய்து கொள்ளட்டும். பொதுவெளியில் பரப்ப வேண்டாம்.

மது அருந்துதல் என்பது ஒரு வழுக்குப் பாறை. இளமையில் குடித்தல் என்பது எண்ணெய் தடவிய வழுக்குப் பாறையில் சறுக்குவது போன்றது. எல்லோராலும் அதில் பாதியில் சமாளித்து நின்று விட முடியாது. நம் அடுத்த தலைமுறையைச் சறுக்கி விழாமல் காப்பாற்றும் பொறுப்பு ஒவ்வொரு "குடி"மகனுக்கும் உண்டு.

இது வேறு குடி!

❖

71. ஆத்திகமும் நாத்திகமும்

எனக்குக் கடவுளைப் பற்றிச் சொல்லப் படும் கதைகளில் நம்பிக்கை இல்லை. அவை மக்களிடம் பக்தியைப் பரப்பப் பயன்படும் நோக்கில் எழுதப் பட்டவை. மூட நம்பிக்கைகள் என்று எதுவும் எனக்குக் கிடையாது. எங்கள் வீட்டில் சமைத்த உணவைப் படைக்கும் பழக்கம் இல்லை. எனவே அந்த வேலையும் கிடையாது.

ஆனால் எனக்கு இறை நம்பிக்கை உண்டு. எப்படி வாழ வேண்டும் என்று போதித்த மிகச் சிறந்த மனிதர்கள் நம்மிடையே வாழ்ந்து இருக்கிறார்கள். ஐம்புலன்களை அடக்கி வாழக் கற்பித்து இருக்கிறார்கள். நல்வாழ்வுக்கு வழி காட்டும் அந்தத் தீர்த்தங்கரர்களையே (24 பேர்) நான் வணங்குகிறேன்.

என் மகன் சிறு வயதில் சிரத்தையாய்ப் பூக்கள் கொண்டு பூஜை செய்வான். வளர்ந்ததும் "எது கடவுள்?" என்று கேட்டு நிறைய விவாதம் செய்வான்.

"கடவுள் என்று ஒன்று இல்லை என்று சொன்னவர்களையே சாமியாக்கிக் கும்பிடறீங்களே... இது ஞாயமா?" என்பான்!

"ஆரம்பத்தில் மக்களுக்கு எதனால் இடி மின்னல் ஏற்படுகிறது என்று கூடத் தெரியாது. அவர்கள் அறியாத ஒன்றிற்குக் கடவுள் என்று பெயர் வைத்துக் கும்பிடத் தொடங்கினார்கள். அவர்களுடைய பயமே கடவுளை உண்டாக்கியது. இப்போது ஒவ்வொன்றாய் உண்மைகள் புரியும்போது இங்கு கடவுள் என்ற பிம்பத்தின் அவசியம் இல்லை" என்பான்.

"இது உண்மைதான்" என்று ஒப்புக் கொள்வேன். " இவை எல்லாவற்றையும் மீறி நம்மை விட மேலான சக்தி ஒன்று இருக்கிறது. அதை நான் எனக்கு விருப்பமான பெயரில் அழைத்து

வணங்கி விட்டுப் போகிறேன்... இதில் யாருக்கு என்ன நஷ்டம் வந்து விடும்?" என்று பதில் சொல்வேன். விவாதம் சிலநாட்கள் நள்ளிரவு தாண்டியும் நீளும்.

இருவரும் அவரவர் வாதத்தில் அப்படியே நிற்போம்! இப்படி ஒரு முடிவு காணாத முடிவோடு எங்கள் விவாதம் முடியும்!

இன்னொரு மகனுக்கும் நாத்திக எண்ணங்கள் உண்டு. அவன் "ஒருநாள் அம்மாவுக்காக செஞ்சா என்ன?" என்று கேட்டு விட்டு, வேட்டி உடுத்திக் கொண்டு வந்து நான் தீபாவளி பூஜை செய்யும்போது அருகில் உட்கார்ந்து கொள்வான்!

மருமகளுக்கும் நம்பிக்கை இல்லை. நான் பூஜை செய்யென்று சொல்வதில்லை. அவள் நம்பிக்கை அவளுக்கு!

சென்ற தீபாவளிக்கு பெங்களூர் சென்றிருந்தேன். நாத்திகம் பேசும் மகன் பூக்கள் வாங்கி வந்தான்! அங்கு வைத்திருக்கும் சிறிய குலதெய்வப் படத்துக்குப் பூக்கள் வைத்துப் புதுத்துணிகள் படைத்து, ஒரே ஒரு விளக்கேற்றி என் பூஜையை முடித்துக் கொண்டேன்.

வழக்கமான நீண்ட பூஜைக்கு வசதி இல்லாத இடத்தில், இருப்பதை வைத்து வணங்கி விட்டுப் போவது என் ஆத்திகம். சில நேரம் வணங்காமல் போவதும்! "அம்மா பாவம்! அட்ஜஸ்ட் பண்ணிக்கிறாங்க! நாமும் ஏதாவது செய்வோம்!" என்று நினைத்துப் பூக்கள் வாங்கி வந்து, ஒரு வேட்டியை எடுத்துக் கட்டிக் கொண்டு , கூடவே நின்று கொண்டு, "ok வாம்மா? பெருசா பூஜை பண்ண முடியலயேன்னு கஷ்டமா இருக்கா?" என்று கும்பிடாமல் விசாரிப்பது மகனுடைய நாத்திகம்!

ஆத்திகமோ நாத்திகமோ... அடுத்தவர் மீது தன் எண்ணங்களைத் திணிக்காமல் இருப்பதும் அடுத்தவர் எண்ணங்களை மதிப்பதுமே இங்கு அவசியம் தேவை. அதே போல் ஆத்திகமோ நாத்திகமோ... உயர்வு தாழ்வு என்று எதுவும் இல்லை என்ற புரிதல் முக்கியம். அவரவர் நம்பிக்கை அவரவர்களுக்கு. அதை அடுத்தவர் கிண்டலும் கேலியும் செய்யக் கூடாது.

வாழ்வின் ஏற்றத் தாழ்வுகளில் உடன் நிற்க அக்கறையான உறவுகள் இல்லாதவர்கள் ஏராளம். அவர்களுக்கு பற்றிக் கொள்ள ஒரு நம்பிக்கை தேவைப்படுகிறது. இருந்து விட்டுப் போகட்டுமே?

இரண்டும் இரண்டும் நான்கு என்று கணக்குப் போடுவது போல் சுலபமில்லை இங்கு வாழ்க்கை! எண்ணி எண்ணி வைத்த அடியும் சறுக்கிப் போகும்! எண்ணாமல் வைத்த ஒரு அடி பறந்து போய் எங்கோ உயரம் தொட வைக்கும்! காரணம் தேடி அல்லாடுவதே இந்த வாழ்க்கை. இதில் பற்றுக் கோடாய் ஒரு நம்பிக்கை தேவைப்படுகிறது என்றால்... இருந்து விட்டுப் போகட்டுமே?

"கடவுள் இல்லை. நான் என் சக்தியை மட்டுமே நம்புகிறேன். என்னால் எல்லாம் முடியும்!" என்று தன்னம்பிக்கையுடன் பேசும் அளவுக்கு இங்கு வசதியான, ஆரோக்கியமான , நல்ல மனிதர்கள் சூழ்ந்த ஒரு ஆசீர்வதிக்கப் பட்ட வாழ்க்கை அனைவருக்கும் வாய்த்து விடுவதில்லை. அவர்களுக்குப் பாரத்தை இறக்கி வைக்க ஒரு கடவுள் தேவை. "அவன் பார்த்துக் கொள்வான்."

வாழ்வில் நம்பிக்கை வைக்க ஒரு கடவுள் தேவை. "கடவுள் நம்மைக் கை விட்டுட மாட்டான்!" அந்தக் கடவுள் அவர்கள் மனங்களில் இருந்து விட்டுப் போகட்டுமே?

இறை என்பது தேடிக் கண்டடையும் ஒன்றல்ல! அது என்றோ ஒருநாள் அதன் இருப்பை உணர்வது!

ஏற்றி வைக்கும் குத்து விளக்குகளின் ஒளியாக இருக்கலாம். பூக்களின் வண்ணங்களாக இருக்கலாம். ஊதுபத்தியின் வாசமாக இருக்கலாம். கற்பூரத்தின் ஒளியாக இருக்கலாம். ஏதோ ஒன்று அல்லது எல்லாமும்...என் மூன்று வயதுப் பேரக் குழந்தையைக் கவர்ந்து இழுக்கிறது! ஓடிவந்து என்னருகே அமர்ந்து கைகுவித்து "எனக்குச் சொல்லிக் குடு!" என்று கேட்கிறது!

நான் சொல்லித் தருகிறேன்... அது அழகாகச் சொல்கிறது!

"சாமி! எல்லாரும் நல்லா இருக்கணும்!"

அவ்வளவுதான்! இது போதும்! நாளை இந்தக் குழந்தை வளர்ந்த பின் நாத்திகம் பேசலாம். பேசட்டும். அப்போது "சாமி" என்ற வார்த்தையை எடுத்து விட்டாலும்

"எல்லாரும் நல்லா இருக்கணும்!" என்று நினைத்தால் போதும். மற்றபடி ஆத்திகம் என்ன? நாத்திகம் என்ன?

❖

72. பச்சைப்புளியும் பொரிமாவும்

என் பள்ளிப் பருவத்தில் காலையில் அம்மா சாதம், சாம்பார், பொரியல் என்று சமைத்து விடுவார். அவரும் பள்ளிக்குக் கிளம்ப வேண்டும். காலையும் மதியமும் சாதம்தான். மாலை வந்தால் இட்லி, தோசை, சப்பாத்தி போன்றவை இரவுணவுக்கு இருக்கும். பள்ளி விட்டு வந்ததும் அம்மா சமையலறையை ஆராய்வார். சாதம் மட்டும் மீந்து இருந்தால் சட்டென்று கொஞ்சம் புளியை ஊறப் போடுவார். அதிலேயே இரண்டு காய்ந்த மிளகாய்களைக் கிள்ளிப் போடுவார். உப்பு சேர்ப்பார். நன்கு கரைத்துக் கையால் பிழிந்தெடுத்து சாதத்தில் ஊற்றுவார். இரண்டு சின்ன வெங்காயத்தைத் தட்டிப் போடுவார். அவ்வளவுதான்... பச்சைப் புளி சாதம் தயார்! அடுப்பைப் பற்ற வைக்கும் வேலை இல்லை! சாதம் என்றால் காத தூரம் ஓடும் என்னைப் பிடித்து உட்கார வைத்துக் கையில் உருட்டிப் போடுவார்.

திடீர் உணவு ஒன்று எப்போதும் வீட்டில் இருக்கும். அரிசியை பொன்னிறமாய் வறுத்து அரைத்து வைத்திருப்பார்கள். அதன் பெயர் பொரிமாவு. குழந்தைகள் பசிக்கிறது என்று சொன்னால், உடனே வெல்லம் கரைத்து அதில் இந்தப் பொரி மாவை உருட்டிக் கையில் தந்து விடுவார்கள். அடுத்து ஒருமணி நேரத்துக்குப் பசிக்காது. முதியவர்கள் மாலையில் இந்த மாவைக் கரைத்து இரண்டு கோப்பை குடித்து விட்டால் இரவுணவு முடிந்து விடும். அடுப்பு தேவையில்லை!

எனக்குத் தெரிந்து தமிழ்ச் சமணர்கள் வீடுகளில் இந்தப் பொரிமாவு தனியிடம் பிடித்திருக்கும்.

நாற்பதாண்டுகள் முன்பு உணவு வகைகள் குறைவு. விறகடுப்பு என்பதால் சமையல் நேரம் அதிகம். இப்போது ஏராளமான உணவு வகைகள். எரிவாயு அடுப்பு என்றாலும் சமையல் நேரம் அதிகம்.

து. நிபுணமதி | 171

என்னைக் கேட்டால் நம் உணவில் இன்னும் நிறைய மாற்றம் வரவேண்டும். ப்ரெட், காய்கள், பழங்கள் என்று மாறி விட்டால் தேவலாம் போல் இருக்கிறது! அடுப்பில்லாச் சமையல்!

ஒரு வீட்டில் யாராவது ஒருவர் அடுத்த வேளைக்கு என்ன சமைப்பது என்று யோசித்துக் கொண்டுதான் இருக்கிறோம். மூன்று வேளையும் சமைத்து சமைத்து சிலருக்கு சாப்பாட்டைப் பார்த்தாலே வெறுப்பு வந்து விடுகிறது!

எளிமையான உணவு. அவரவர் தேவையான நேரத்தில் சட்டென்று எடுத்து சாப்பிடும் வகையான உணவு. பசிக்குச் சாப்பிடும் உணவு. பெரிதாய் எந்த முன்னேற்பாடுகளும் தேவைப் படாத உணவு. ஆரோக்கியமான உணவு. அப்படி ஒரு உணவு வரும் வேளையில் இந்தியப் பெண்களின் வாழ்க்கை நிச்சயம் மாறும். மாற்றம் வருமா?

எனக்குத் தெரிந்து ஒரு அடுக்ககத்தில் ஒரு வீட்டில் மட்டும் சமையல் செய்கிறார்கள். பன்னிரண்டு வீட்டார் சமைப்பதில்லை. அவர்களிடம் வாங்கிக் கொள்கிறார்கள். இது போல் தெருவுக்கு ஒருவர் சமையலைத் தொழிலாக மாற்றிக் கொண்டால் நன்றாக இருக்கும்! பார்ப்போம்... நம் காலத்தில் இப்படி ஒரு மாற்றம் வருகிறதா என்று!

அதுவரை...? அடுப்புக்கு இல்லை விடுப்பு! நமக்கும்தான்!

73. வெள்ளைத் தாளில் சில கிறுக்கல்கள்

சென்ற தலைமுறையின் இளம் பெண்கள் பெரும்பாலும் பள்ளிக் கல்வியோடு நின்று விடாமல் கல்லூரிக்குள் நுழைந்தார்கள். பின்பு திருமண வாழ்வில் அடியெடுத்து வைத்தபோது, அவர்கள் தங்கள் தாயைப் போல் மௌனமாய் இருக்கவில்லை. கூட்டுக் குடும்பத்தில் தொல்லைகள் வந்தபோது அவர்களால் தனிக் குடித்தனம் போக முடிந்தது. ஆனாலும் மாமியார் வீட்டு உறவினர்களை விழாக்களில் சந்திக்க நேர்ந்தபோது உறவுகள் முட்டிக் கொண்டு கசந்துதான் போயிற்று. இவை எல்லாவற்றுக்கும் தன் கணவரைத் திட்டுதல் என்பது பழகிப் போயிற்று! கணவர்களுக்கும் அது பழகித்தான் போய் விட்டது!

நம் இந்தியக் குடும்பங்களில் குழந்தைகள் தாயைச் சார்ந்தே வாழ்கின்றன. மாமியார் வீட்டின் மீதுள்ள வெறுப்பைச் சொல்லியே குழந்தைகள் வளர்க்கப் படுகிறார்கள். கணவன் அமைதியாய் இருந்தாலும் அதுவும் ஒரு குற்றம் என்றே சொல்வார்கள்!

பணிக்குச் சென்று வரும் பெண்களும் எதிர்ப்புக் காட்டவில்லை. சம்பாத்தியம் இருந்தும் அவர்களால் குடும்பம் என்ற அமைப்பிலிருந்து வெளியேற முடியவில்லை. சமுதாயம் என்ன சொல்லுமோ என்ற பயம். தனியாய் இருக்கும் பெண்ணைச் சுலபமாய் அணுகலாம் என்று ஆண்கள் முயற்சி செய்வார்கள் என்ற தயக்கம். எனவே தயக்கம் இருந்தாலும் திருமணம் செய்து கொண்டார்கள். அவர்களுக்கு இரட்டை வேலைச் சுமை. அவர்களும் அலுத்துக் கொண்டார்கள்.

கணவனுடன் ஒரு நல்ல வாழ்க்கையை வாழ்ந்த பெண்கள், திருமண வாழ்வைப் பற்றிப் புகழ்ந்து தங்கள் குழந்தையிடம்

பேசினார்களா? இல்லை! ஏனென்றால் அப்படிப் பேசி நாம் பழகவில்லை! நல்லதை வெளியே சொன்னால் திருஷ்டி பட்டு விடும்!

"உங்க பாட்டி என்னை எப்படிப் படுத்தினாங்க தெரியுமா?"

"உங்க அத்தை இருக்காளே... அவ எத்தனை விஷமம் தெரியுமா?"

"என்னிக்கு உங்கப்பா என் பக்கம் பேசினாரு? அவங்க அம்மா பக்கம்தான் எப்பவும்."

"எனக்குக் கல்யாணம் ஆகறவரை எங்க வீட்ல ராணி மாதிரி இருந்தேன். உங்கப்பாவக் கட்டிக்கிட்டு வேலைக்காரியாத்தான் கிடக்கறேன்!"

இப்படிப் பேசாத பெண்கள் உண்டா? இதைக் கேட்டு வளரும் பெண் குழந்தைகளுக்குப் பசுமரத்தாணி போல் இது பதிந்து விடுகிறது. நன்றாகப் படித்து, வேலைக்குப் போன பிறகு "கல்யாணம் எதற்கு?" என்று யோசிக்கத் தொடங்கி விடுகிறார்கள். "அம்மா பட்ட கஷ்டங்களை நாம் ஏன் பட வேண்டும்?" என்ற எண்ணம் எழுந்து விடுகிறது. அவர்களுக்குத் திருமணத்தின் மூலம் கிடைக்கும் நல்ல விஷயங்கள் பற்றிச் சொல்லித் தரப்படவே இல்லை.

அப்பா தன்னைத் திட்டியதை உரத்துச் சொல்லும் அம்மா, அப்பா தன்னைக் கொஞ்சியதை எக்காலத்திலும் சொல்லப் போவதில்லை! ஒருவர் மீது ஒருவர் கொண்ட பிணைப்பு பற்றிச் சொல்லவே வாய்ப்பில்லை!

இப்போதைக்குக் குடும்பம் தவிரப் பாதுகாப்பான வேறு அமைப்பு இல்லை. இப்போது வேலைகளைப் பெரும்பாலும் ஆண்களும் பகிர்ந்து கொள்கிறார்கள். பணியாட்களும் இயந்திரங்களும் வேலைகளைச் சுலபமாய் ஆக்கி இருக்கின்றன. அலுவலகத்தில் எத்தனை பேரோடு முகம் சுளிக்காமல் அனுசரித்துப் போகிறோம்? அதுபோல சிற்சில அனுசரிப்புகள் வீட்டிலும் தேவை. இளமையில் தனித்து இருப்பது சாத்தியம். அதுவே முதுமையில் சாத்தியமா?

"நாங்க இருக்கோம். பார்த்துக்கிறோம்.. வா!" என்று சொல்லும் பெற்றோர் எத்தனை காலம் துணை வர முடியும்?

ஆணும் பெண்ணும் ஒருவரை ஒருவர் வெறுத்து விட்டு வாழ்தல் சாத்தியமா? இங்கு ஆணுக்குப் பெண் தேவை என்பது போலவே பெண்ணுக்கும் ஆண் தேவைப் படுகிறான் தான். ஆனால் அவன் கணவனாய் இருக்கக் கூடாது என்று பெண்கள் நினைக்கத் தொடங்கி விட்டார்கள்.

திருமணத்தின் மூலம் மட்டுமே கிடைத்த எதிர்பால் உறவு இப்போது முன்பே கிடைக்கும் வாய்ப்புகள் ஏராளம். அதைத் தவறு என்று சொல்லப் பயப்படும் பெற்றோரும் ஏராளம்!

கல்வி, வேலை, சம்பளம் பற்றித் திரும்பத் திரும்பச் சொல்லி வளர்த்த நாம், இருபாலருக்கும் ஒழுக்கம் பற்றி ஏதாவது சொல்லி வளர்த்து இருக்கிறோமா?

பூச்சாண்டிக்குப் பதில் கல்யாணம் என்ற சொல்லைக் காட்டிப் பயமுறுத்தி விட்டதன் பலன், இன்றைய இளம் பெண்களுக்குத் திருமணம் என்ற சொல்லே அச்சத்தைத் தருகிறது. அதற்குள் சிக்கிக் கொள்ளாமல் இருக்க ஆயிரம் நிபந்தனைகளை விதிக்கிறார்கள். அதைக் கேட்டு இன்றைய இளைஞர்கள் ஆடிப் போயிருக்கிறார்கள்.

முன்பெல்லாம் திருமணம் செய்த பிறகு வாழ்க்கை போராட்டமாய் இருந்தது என்பார்கள். இப்போது திருமணம் செய்யவே போராட வேண்டியிருக்கிறது.

இனியாவது பெற்றோர் குழந்தைகளிடம் திருமணத்தின் அவசியம் பற்றி எடுத்துச் சொல்லுங்கள். ஒரு சமுதாயமாக வாழத் திருமணம் அவசியம்.

சின்னக் கிறுக்கல் இருக்கும் வெள்ளைத்தாளை யாரிடம் நீட்டினாலும் கிறுக்கல் இருப்பதாக மட்டுமே சொல்வார்கள்! முக்கால்வாசி இடம் வெள்ளையாய் இருப்பதை யாருமே சொல்ல மாட்டார்கள்! அப்படித் திருமண வாழ்வின் கிறுக்கலை மட்டுமே சொல்லிச் சொல்லி வளர்த்து விட்டோம்! வெள்ளைப் பகுதியை எடுத்துச் சொல்ல மறந்து போய் விட்டோம்!

❖

74. "இது சரிப்படாது!"

1977 ஆம் ஆண்டு. நான் ஏழாம் வகுப்பில் நுழைந்தேன். செஞ்சி அரசு மகளிர் பள்ளியின் கிளை சற்றுத் தொலைவில் இருந்தது. பள்ளிக் கட்டிடத்தைச் சுற்றிப் பெரிய மைதானம். சுற்றிலும் வெட்டவெளி. தூரத்தில் ராஜா தேசிங்கு ஆண்கள் பள்ளி. (அடுத்த ஆண்டு +2 வந்த போது, அந்த இரண்டு ஆண்டுப் படிப்புக்குப் பெண்களும் அங்கு சென்றோம்.)

எங்கள் உடற்கல்வி ஆசிரியை செல்வி. (அப்போது!) லஷ்மி அவர்களுக்கு மைதானத்தைப் பார்த்ததும் அத்தனை உற்சாகம்! ஏனெனில் அதுவரை எங்களுக்குப் போதுமான வகுப்பறைகளே இல்லை. இதில் எங்கே ஓடி விளையாடுவது!

ஒருநாள் என் அம்மாவுடன் இருக்கும்போது ஆசிரியை. லஷ்மி அங்கு வந்தார். (என் அம்மா அதே பள்ளியில் தமிழாசிரியை.)

"தமிழம்மா! நிபுவை என்னோட அனுப்புங்க. ஸ்கூல் விட்டதும் ஒருமணி நேரம் பிராக்டிஸ் பண்ணட்டும். எப்பவும் மேடை ஏறிப் பேசறா... விளையாட்டுல ஒரு certificate கூட வாங்கல..." என்றார்.

எனக்கும் ஒரு ஆசை பிறந்து விட்டது! "டீச்சர் கூப்பிடறாங்களே... நாம்போறே ம்மா..." என்றேன். அம்மா தயங்கினார்.

"இல்ல லஷ்மி... வேணாம். சும்மா சளியும் ஜுரமும் வர்ற பொண்ணு. அவளால ஓடி விளையாட முடியுமா? அவ அப்பா என்ன சொல்வாரோ..." என்று இழுத்த அம்மாவிடம்

"அதெல்லாம் ஒண்ணும் ஆகாது! இவளை எப்படி ஸ்ட்ராங்கா ஆக்கறேன் பாருங்க!" என்று சொல்லி விட்டு என்னை அழைத்துப் போய் விட்டார்!

தினமும் மாலை ஒருமணி நேரம் எங்களுக்குப் பயிற்சி. ஓடுதல், உயரம் தாண்டுதல், நீளம் தாண்டுதல், கோ கோ விளையாட்டு, கபடி, Ring tennis என்று விதவிதமான விளையாட்டுகள். ஆரம்பத்தில் ரொம்பவும் உற்சாகமாக இருந்தது. போகப் போக உடம்பு மிகவும் களைத்துப் போய் விட்டது. ஓடினால் மூச்சிரைக்கும். மாலை வந்தாலே "அய்யோ" என்று ஆகிவிடும். ஆசிரியையிடம் சொல்லப் பயம். நான் சோர்ந்து உட்காரும் போதெல்லாம் ஆசிரியை "ஒரே ஒரு certificate வாங்கிடு... போதும்" என்று சொல்லிக் கொண்டிருப்பார்.

எனக்கு எப்போதுமே என் ஆசிரியைகளைப் பிடிக்கும். பள்ளி உறவைத் தாண்டி, அம்மாவின் தோழிகள் என்பதால் குடும்ப ரீதியான நெருக்கம் பலரிடம் உண்டு. காலையில் உற்சாகமாக அனைவருக்கும் "Good morning teacher!" என்று ராகமாய் இழுத்துச் சொல்லப் பிடிக்கும் எனக்கு! தேடித்தேடி சொல்லி விடுவேன். ஆனால் மெதுவாக ஆசிரியை. லஷ்மி அவர்களுக்கு மட்டும் Good morning சொல்லாமல் தவிர்க்க ஆரம்பித்தேன். அவராக அழைத்தாலும் காதில் விழாதது போல் ஓடி விடுவேன்.

ஒருவழியாக அந்த நாளும் வந்தது. ஆசிரியை சொன்னது போல் குறிப்பிட்ட உயரம் தாண்டி, குறிப்பிட்ட நீளம் தாண்டி, குறிப்பிட்ட நேரத்துக்குள் ஓடி முடித்தாகி விட்டது. அன்றிலிருந்து நான் விரும்பினால் மட்டுமே மைதானம் போவேன்.

சில நாட்கள் கழித்து சான்றிதழ் வந்தபோது அவ்வளவாய் ஒன்றும் மகிழவில்லை நான். விளையாட்டில் பட்டுக் கொண்ட காயங்கள்தான் நினைவுக்கு வந்தன. "எப்போது முடியும்?" என்ற ஏக்கமும் "இந்த டீச்சர் எதுக்கு என்னை இப்படி மாட்டி விட்டாங்க" என்ற கசப்பும்தான் மிச்சம் இருந்தன.

"என்னால் முடியவில்லை" என்று சொல்லத் தயக்கம். "பாதியில் எப்படிப் போவது? கஷ்டப் பட்டு இதை முடித்து விடுவோம்" என்ற எண்ணம். "டீச்சர் என்ன நினைப்பாங்க?" என்ற விடை தெரியாத கேள்வி. அந்த அளவுப் பயிற்சியைத் தாங்க முடியாத பூஞ்சை உடம்பு. எல்லாம் சேர்ந்து என் உற்சாகத்தைக் காணாமல் போக்கி விட்டன.

அதன் பிறகு கொஞ்சம் தைரியம் வந்தது. ஏதாவது போட்டிக்குப் பெயர் கொடுக்கச் சொன்னால் நிறைய யோசிக்கத் தொடங்கினேன்.

என்னால் முடியும் என்றும் அது எனக்கு சந்தோஷத்தைத் தரும் என்றும் நினைத்தால் மட்டுமே கலந்து கொள்வேன். பெரும்பாலும் மேடையில் பேசப் பிடிக்கும். தவிர்க்க மாட்டேன். தனி நடிப்பு மிகப் பிடிக்கும். ஆனால் என் அம்மா வற்புறுத்தினால் கூடக் கட்டுரைப் போட்டிக்கு நான் பெயர் கொடுக்க மாட்டேன். என் கையெழுத்து அப்படி! ஒருமுறை அருமையாய்க் கட்டுரை எழுதியும் இரண்டாம் பரிசு கொடுத்தார்கள்! கையெழுத்து அழகாயில்லையாம்! முதலும் கடைசியுமான ஒரே போட்டி!

இந்தச் சம்பவங்கள் பிற்கால வாழ்க்கைக்குப் பெரிதும் உதவின. எனக்கு வராத ஒன்றை நான் வலிந்து வரவழைப்பது இல்லை. அதற்கு என்ன பரிசு கிடைக்கும் என்றாலும்! எனக்கு எது வருமோ அதைச் செய்து விட்டுப் போவது நிம்மதியாய் இருக்கிறது.

கலைகளைப் பொறுத்தவரை மெனக்கெட்டு எது செய்தாலும் அதில் ஒரு பூரணம் இருக்காது என்று நம்புகிறேன். அடுத்தவர் செய்வதால் நாமும் செய்வோம் என்று நினைப்பது சரிப்படாது! எதுவாயிருந்தாலும் நமக்கு என்ன வருமோ அதை மட்டும் செய்து விட்டுப் போவது நம் மனதுக்கு நல்லது!

சிலருக்கு சிலை செதுக்க வரும். சிலருக்கு அம்மி பொளிய வரும். அவரவர் திறமையை அவற்றில் காட்டினால் போதும். உயர்ந்த வேலை தாழ்ந்த வேலை என்று எதுவும் இல்லை.

எது ஒன்றைச் செய்யும் முன்பும் நம்மை நாமே கேட்டுக் கொள்ள வேண்டும்

"இது நமக்குச் சரிப்படுமா?"

"இது சரிப்படாது!"என்று நம் மனம் சொல்லி விட்டால் செய்யாமல் இருப்பது உத்தமம்!

75. ஆவது பெண்ணாலே!

சென்ற வாரம் என் நண்பனின் உறவினர் இல்லத் திருமணம். முன்கூட்டிப் பேசி வைத்துக் கொண்டு சந்தித்து விட்டோம்... சில ஆண்டுகள் இடைவெளியில்! நண்பனும் நானும் ஒன்றாம் வகுப்பிலிருந்து ஒன்றாகப் படித்தவர்கள். அதனால்தான் இந்த நட்பு நீடிக்கிறதா என்றால்... இல்லை. நட்பு நீடிக்கக் காரணம் அவன் மனைவி!

முதல் நாளே முகத்தைத் தூக்கி வைத்துக் கொண்டு அரைகுறையாய்ப் பேசி இருந்தால் நானும் தொடர்பைத் துண்டித்து விட்டிருப்பேன். கலகலவென்று பேசி, சமைத்துப் போட்டு, எங்கள் குடும்பத்திலும் இணைந்து கொண்டு அந்தப் பெண் இருக்கவே இரு குடும்பங்களின் நட்பு இன்றும் தொடர்கிறது.

கணவரின் நண்பரின் மனைவி அவர். பார்த்த முதல் நாளே நானும் அவரும் மனம் விட்டுப் பேசிக் கொள்ளத் தொடங்கி விட்டோம். முப்பத்தியோரு ஆண்டுகள் ஆகி விட்டன! கணவர் அவர் நண்பருடன் பேசுகிறாரோ இல்லையோ... நாங்களிருவரும் ஒன்று விடாமல் பேசிக் கொள்வோம்! இரு குடும்ப உறவினர்களுடன் எங்கள் இருவருக்கும் நட்பு உண்டு. இந்த நிலைக்குக் கொண்டு வந்தது (பெண்களாகிய) நாங்கள் இருவரும்தான்! (தம்பட்டம் அடிக்கிறேன் என்று நினைக்கிறீர்களா? இருக்கட்டும்! நல்லதுக்கு சொன்னால் தப்பில்லை!)

நட்புகளிடம் மட்டுமில்லை. உறவுகளிடமும் நெருக்கம் என்பது பெண்கள் மனம் வைத்தால் மட்டுமே சாத்தியம். அதுவும் நம் இந்தியக் குடும்பங்களில் பெண்கள்தான் எல்லாமும். தன்னை வெளிப்படுத்திக் கொள்ள விரும்பாத பெண்கள், கணவனிடம் மறைவில் பேசி உறவைத் துண்டிப்பார்கள். தன் பெயர் கெட்டுப் போகுமே என்று கவலைப் படாத பெண்கள் நேரடியாய் இறங்கித் துண்டித்து விடுவார்கள். அவ்வளவுதான் வித்தியாசம்!

இதில் ஆண்களின் பங்கு என்ன? இருக்கிறது!

"நான் என்ன செய்யறது? அவ கேட்க மாட்டா..."

"நானே வெளியில் சொல்ல முடியாம இருக்கேன். போவியா..." என்று உறவுகளிடம் சமாதானம் செய்வது ஆண்களின் வேலை.

ஒவ்வொரு குடும்பத்திலும் பாருங்கள். உடன்பிறந்தவர்கள் திருமணம் ஆகும்வரை நகமும் சதையுமாய் இருப்பார்கள். திருமணம் ஆனதும் (ஒரு பெண் உள்ளே வந்ததும்!) நகத்தை வெட்டி விடுவார்கள்!

உறவுகளை நன்கு பராமரித்துக் கூடி வாழும் குடும்பங்களைக் கொஞ்சம் ஆராய்ந்து பாருங்கள். அத்தனைக்கும் காரணம் பெண்களாகவே இருப்பர்.

பெண்கள் அளவுக்கு உறவுகளைக் கட்டிக் காப்பாற்றும் வித்தை ஆண்களுக்குத் தெரியாது. எனவே குடும்பத் தலைவிக்கு யாரையெல்லாம் பிடிக்குமோ அவர்களுடன் மட்டுமே உறவிருக்கும். தலைவிக்குப் பிடிக்காதவர் யாராயிருந்தாலும் (மாமியாரே ஆனாலும்!) வீட்டில் சேர்க்கப்பட மாட்டார்கள்.

என் அப்பா சொல்வார் "ஒரு ஆண் படித்தால், அவன் சம்பாதித்து அந்தக் குடும்பம் முன்னுக்கு வரும். பெண் படித்தால் அடுத்து வரும் தலைமுறைகளே முன்னுக்கு வந்து விடும்."

பெண்ணின் சக்தி அப்படிப் பட்டது. இதை எத்தனை பேர் உணர்ந்து இருக்கிறார்கள்?

பெண்களால் ஒரே சமயத்தில் பல வேலைகளில் கவனம் செலுத்த முடியும். சின்னச் சின்ன விஷயங்களைக் கூட மறக்காமல் இருக்க முடியும். நெருக்கமாய் நட்பு பாராட்ட முடியும். "சாப்பிடுங்க!" என்ற ஒரே வார்த்தையில் வரும் விருந்தினரைக் கவர்ந்து விட முடியும்!

ஆனாலும்...

"ஆவதும் பெண்ணாலே!

அழிவதும் பெண்ணாலே!"

என்றுதான் இன்றுவரை சொல்கிறோம்.

"ஆவது பெண்ணாலே!"

என்று மட்டும் சொன்னால் எப்படி இருக்கும்?

நன்றாகத்தான் இருக்கும்! இல்லையா?

ஏதோ பார்த்துச் செய்யுங்கள்! என்னால் முடிந்தது... அதைத் தலைப்பாக வைத்து விட்டேன்.

❖

76. புத்தகம் இல்லாத வீடு

ஒரு விடுமுறை நாளில் சாவகாசமாய்ப் பேசிக் கொண்டிருந்தோம். மகன் விளையாட்டாய்க் கேட்டான் "இதுக்கு எப்போம்மா book வாங்கறது?"

அவன் சொன்ன "இது" அவனுடைய மகன்!

நான் சொன்னேன் "அடுத்த மாசத்துக்குள்ள வாங்கிடு."

"அம்மா! இதுக்கு எட்டு மாசந்தான் ஆகுது! இப்பவேவா...?"

"ஏண்டா! நீங்கள்ளாம் சின்னதா இருக்கும்போது தேடித்தேடி வாங்குவேன். வாங்குடா... சரியாயிருக்கும்!"

அடுத்த வாரம் புத்தகங்கள் வந்தன. உள்ளங்கை அகல வழவழவென்ற தாளில் வண்ண வண்ணப் படங்கள்! ஒரு புத்தகத்தில் இருபது படங்கள். இருபது புத்தகங்கள். அவற்றை வைக்க அழகான அட்டைப் பெட்டி. ஒவ்வொரு புத்தகமும் ஒவ்வொரு தலைப்பில். பூக்கள், விலங்குகள், பறவைகள் என்று கவரும் படங்கள்!

கவிழ்ந்து படுத்து விளையாடும் குழந்தை முன்பு ஒரு புத்தகத்தை வைத்து விடுவோம். விளையாட்டுப் பொருட்களும் இருக்கும். குழந்தை நகர்ந்து போய் புத்தகத்தைத் தொட்டால் நாங்கள் அதை எடுத்து ஒவ்வொரு பக்கமாய்ப் புரட்டி படத்தைக் காட்டுவோம்.

ஒரே மாதத்தில் குழந்தை தானாக ஒரு புத்தகத்தைத் தேர்ந்தெடுத்து எங்களிடம் கொடுத்து விட்டு வந்து எங்கள் மடியில் அமர்ந்து கொள்ளும். நாங்கள் ரோஜாப்பூ, தாமரைப்பூ என்று படிப்போம். இப்படியாக ஒரு வயதில் எல்லாப் புத்தகங்களையும் தெரிந்து கொண்டது. நாம் கேட்டால் அந்தப் பக்கத்தைத் திறந்து காட்டும்.

இரண்டு வயதில் அந்தப் புத்தகங்கள் சலித்துப் போயிற்று! ஏனெனில் அதில் இருக்கும் எல்லாம் அதற்குத் தெரியும். 20 படங்கள்... 20 புத்தகங்கள். நானூறு வார்த்தைகள் படத்துடன் அதற்குத் தெரியும்!

மெல்ல மெல்ல வாங்கிச் சேகரித்த கதைப் புத்தகங்கள் மூலம் நிறைய கற்றுக் கொண்டது. மூன்று வயதில் மூன்றடி உயரத்தில் அதற்குத் தனியாக ஒரு புத்தக அலமாரி கொடுத்து விட்டோம். நூற்றுக்கும் அதிகமான புத்தகங்கள் அதில் இருக்கின்றன.

நிறைய வீடுகளில் நாம் கேட்டிருப்போம்..

"நிறைய மார்க் வாங்கினா சினிமாவுக்குக் கூட்டிப் போறேன். இல்லன்னா வீட்டுல உட்கார்ந்து படிக்க வேண்டியதுதான்!"

உற்றுக் கவனித்தால் சினிமா என்பதை ஒரு பரிசு, கொண்டாட்டம் என்றும் படிப்பதை ஒரு தண்டனை என்றும் குழந்தைகள் மனதில் விதைத்து விடுகிறோம்.

பாடப் புத்தகங்கள் தவிர வேறு புத்தகங்களை வாங்கிப் படிக்க வைக்கும் பழக்கம் நிறைய பேரிடம் இல்லை. கட்டாயத்தின் பேரில் படிக்கும் பாடப் புத்தகம் கசப்பைத் தந்து விடுகிறது. புத்தகம் என்றாலே பிறகு கசந்து போய் விடுகிறது.

இன்னும் சிலர் இருக்கிறார்கள். பிள்ளைகள் இரவல் வாங்கி வந்து கதைப் புத்தகம் படித்தால் திட்டுவார்கள். அந்த நேரத்தில் பாடம் படித்தால் மதிப்பெண் அதிகமாய்க் கிடைக்கும் என்று நினைப்பு அவர்களுக்கு. "கண்டதைப் படித்தவன் பண்டிதன் ஆவான்!" என்பதை மறந்து விட்டார்கள்.

தொலைக் காட்சியில் பார்க்கும்போது நம் மனம் அதிலேயே ஈடுபட்டு விடுகிறது. கதைகளைப் படிக்கும் போதுதான் மூளை யோசிக்கிறது. யோசித்து மன வெளியில் படங்களை உற்பத்தி செய்கிறது. கற்பனை செய்யும் சக்தி கூடக் கூட மூளை வளர்ச்சி அபாரமாய் இருக்கும்.

புத்தகம் என்பதை ஒரு பரிசாக நாம் முதலில் நினைக்கத் தொடங்குவோம். பிறகு நம் பிள்ளைகள் அதைப் பார்த்து கற்றுக் கொள்வார்கள்.

எந்த வயதில் புத்தகம் வாங்கிக் கொடுப்பது என்பதே பலருக்கும் புரிவதில்லை. புத்தகம் படிப்பதை தண்டனை போல பாவித்துக் கொண்டு "பாவம்! வளரட்டும்! அப்புறம் school போய் படிக்கத்தானே போகுது? இப்பவே எதுக்கு அதைப் படிக்கச் சொல்லணும்?" என்பார்கள்!

யாருடைய வீட்டிலாவது புதிதாக நுழையும்போது அங்கு புத்தகங்கள் அடுக்கி இருப்பதைப் பார்த்தால் என்னையறியாமல் அவர்களுடன் ஒரு நெருக்கம் வந்து விடுகிறது! புத்தகமே இல்லாத வீடு... நிச்சயம் ஒரு விலகலைக் கொண்டு வருகிறது!

புத்தகங்களை மொத்தமாய் வாங்கி வைத்துக் கொள்ளுங்கள். உறவுக்கும் நட்புக்கும் பரிசாய்க் கொடுங்கள். அப்படிக் கொடுக்கும்போது அந்தப் புத்தகத்தைப் பற்றி "நல்லதாய் நாலு வார்த்தை" சொல்லிப் படிக்கச் சொல்லுங்கள்! பிறகு ஒருநாள் அவர்கள் அதற்காக உங்களைப் பாராட்டலாம்!

புத்தகக் கண்காட்சி வருகிறதே... வாருங்கள்... வாங்கலாம்!

❖

77. தீஞ்சுனை நீரும் தெவிட்டாத நினைவுகளும்

செஞ்சிக்கும் விழுப்புரத்துக்கும் இடையில் முட்டத்தூர் என்று ஒரு கிராமம் இருக்கிறது. நான் பிறந்த ஊர்! அங்கு விடுமுறைக்குப் போவது என்பது என் சிறு வயதுக் கொண்டாட்டங்களில் ஒன்று.

தெருவில் சிறு பிள்ளைகள் விளையாடிக்கொண்டிருப்போம். எங்கிருந்தோ ஒரு குரல் வரும்... "சொனத்தண்ணி எடுக்கப் போறாங்க!" அவ்வளவுதான்! எல்லோரும் சுனை நீர் எடுக்கப் படை எடுப்போம்!

மலையின் அடிவாரத்தில் அந்தச் சுனை இருக்கும். நான்கைந்து பெண்கள் போனால் உட்கார்ந்து கதை பேசிவிட்டு நிதானமாய் வரலாம். நம் அவசரத்துக்குத் தண்ணீர் எடுக்க முடியாது. சுனை நீரைச் சிறு பாத்திரத்தால் அள்ளி எடுக்கவேண்டும். இறைக்க இறைக்கச் சுரக்கும் நீர்! அப்படி எதற்குக் கஷ்டப்பட்டு வெகு தூரம் நடந்து போய், சிறுகச் சிறுக இறைத்துத் தலையில் சுமந்து வர வேண்டும்? ஏனெனில் அந்த நீரின் சுவை அப்படி! குளிர்சாதனப் பெட்டி இல்லாத அந்தக் காலத்தில் சில்லென்று ஒரு நீர் கிடைத்தால் எப்படி இருக்கும்? கூடவே அது ஒரு தனிச் சுவையும் கொண்டிருந்தால் அது ஒரு வரம் அல்லவா?

கோடையில் கிணற்று நீரைக் குடித்து வயிறுதான் நிரம்பும். தாகம் தணியாது. சுனை நீரைக்குடித்தால் தாகம் தணிந்துவிடும். ஆனால் அந்தச் சுவை சொம்பு நிறையக் குடிக்க வைத்து வயிற்றை நிரப்பி விடும்!

செஞ்சியில் ராஜகிரிக் கோட்டையில் ஒரு சுனை உள்ளது. வியர்க்க விறுவிறுக்க மலை ஏறிப் போனால் உச்சியில் ஒரு குகை இருக்கும். அதனுள் வெளிச்சம் சற்று மங்கலாய்த்தான் இருக்கும். உள்ளே செல்லச் செல்ல வெப்பம் குறைந்து இதமாய்ச் சில்லென்று

இருக்கும். கண்களைக் கசக்கிக்கொண்டு உற்றுப் பார்த்தால் சுனையைக் கண்டுவிடலாம். இரு கைகளிலும் அந்த நீரை அள்ளிப் பருகினால்... அதுவல்லவா சுவை நீர்? நீருக்குச் சுவை இல்லை என்று யார் சொன்னது!

சுனை நீர் ஏன் கொஞ்சமாய்ச் சுரக்கிறது? நதி போல் ஏன் பொங்கிப் பெருகி ஓடுவதில்லை? ஏன் அருவி மாதிரிப் பொங்கிக் கொட்டுவதில்லை? என்றெல்லாம் சிறு வயதில் யோசிப்பது உண்டு. கொஞ்சம் விவரம் புரியும் வயது வந்த பிறகு புரிந்தது... பொங்கிப் பெருகி ஓடினால் நதி! கொட்டினால் அருவி! இறைக்கச் சுரந்து வந்தால்தான் அது சுனை! கொஞ்சமாய்ச் சுரப்பதால்தான் அந்தச் சுவை! அதனால்தான் அது தேன் சுனை நீர்!

(தேன் தேம் தீம் தீஞ் +சுனை நீர்! இரு வார்த்தைகள் இணையும் இலக்கணம்... புணர்ச்சி விதிகள் எனக் கற்றவை எல்லாம் நினைவுக்கு வருகிறதா!)

சுனை நீர் குடிக்கத் தினமும் மலை ஏறிப் போக முடியுமா? செஞ்சியின் கிழக்குப் பகுதியிலும் மலை உண்டு. அங்கிருந்து சுனை நீர் கொண்டு வந்து கொடுக்க ஆட்கள் உண்டு. என் பதின் பருவத்தில் அம்மா அப்படிச் சுனை நீர் வாங்கியது உண்டு. இப்போது என்ன நிலவரம் என்று தெரியவில்லை. களவாய் பகுதியில் இருந்து, மிதிவண்டியில் இரண்டு குடங்களைக் கட்டிச் சுனை நீர் கொண்டு வருவார்கள்.

சுனைக்கும் எனக்கும் ஒரு ஒற்றுமை உண்டு! நானும் கொஞ்சமாய்த்தான் எழுதுவேன்! ஒரு பொருள் பற்றிச் சிந்தித்தால் ஒரு சிறு கட்டுரை! அவ்வளவுதான்! ஒரே நேரத்தில் பலப்பல கட்டுரைகளோ அல்லது நீண்ட நெடிய கட்டுரையோ எழுத மாட்டேன். என்ன செய்வது! சுனை கொஞ்சமாய்த்தானே சுரக்கிறது?

-து. நிபுணமதி